Nhật Bản

65 **món Nhật**
tươi ngon - bổ dưỡng

Phạm Sơn Vương

NHÀ XUẤT BẢN PHỤ NỮ

Mục lục

MÓN SUSHI

MÓN KHAI VỊ

MÓN MẶN

MÓN CƠM - MÌ - LẨU

MÓN TRÁNG MIỆNG

CÔNG THỨC CÁC LOẠI NƯỚC XỐT THƯỜNG DÙNG KÈM MÓN NHẬT

1

NƯỚC DÙNG DASHI

Dashi không chỉ được sử dụng làm nước dùng cho các món canh, mì, lẩu mà còn là nguyên liệu chính để nấu các món kho, hầm, xào hay làm nước chấm, nước xốt. Nước dùng Dashi có hương thơm dịu nhẹ, hòa hợp tốt và giúp khơi dậy hương vị của các nguyên liệu nấu cùng.

Nguyên liệu
(cho 5 lít nước dùng Dashi)
- 1 gói Dashi Pack, 5 lít nước, 1 miếng phổ tai khô

Chế biến:
- Đổ 5 lít nước vào nồi. Cho gói Dashi Pack và phổ tai khô vào nấu sôi khoảng 30 phút.
- Lược lấy phần nước dùng. Nấu nước dùng Dashi trước khi chế biến để các món ăn có hương vị thơm ngon hơn.

2

XỐT MÈ RANG

Xốt mè rang có hương vị đậm đà, mùi thơm đặc trưng của mè. Xốt mè rang thường được dùng để chế biến các món salad.

Nguyên liệu (cho 3 lít xốt)
- 2kg xốt Mayonnaise, 100g mè trắng rang, 100g mè đen rang, 100g bột Miso, 100ml rượu Mirin, 3,5 muỗng canh dầu mè, 3,5 muỗng canh nước tương Nhật

Chế biến:
- Cho xốt Mayonnaise, các loại mè rang, bột Miso, rượu Mirin, dầu mè và nước tương Nhật vào máy xay nhuyễn. Đổ hỗn hợp xốt mè rang vào hộp.
- Bảo quản xốt mè rang trong ngăn mát tủ lạnh trước khi dùng.

3

XỐT NHO KHÔ

Xốt nho khô thường được dùng để ăn kèm với các món lẩu.

Nguyên liệu (cho 2kg xốt)
-130g nho khô, 300ml nước cam ép, 800g tương ớt, 800g tương cà, 200ml mật ong, 3,5 muỗng canh mè trắng rang, 3,5 muỗng canh mè đen rang

Chế biến:
- Cho 100g nho khô, nước cam ép, tương ớt, tương cà, mật ong và các loại mè rang vào máy xay nhuyễn.
- Trộn 30g nho khô còn lại với hỗn hợp vừa xay.

4

GỪNG SUSHI

Gừng Sushi (tiếng Nhật gọi là Gari) còn có những tên gọi khác như gừng hồng, gừng ngâm chua, gừng muối giấm. Gừng Sushi có màu hồng. Khi ăn có sự hòa hợp giữa vị chua, cay, ngọt, nồng. Người Nhật thường ăn kèm gừng Sushi với các loại thực phẩm tươi sống để lấn át đi mùi tanh và tạo nên hương vị hài hòa cho món ăn.

Nguyên liệu:

- 2kg gừng non, 1 lít nước dùng Dashi, 1 lít rượu Mirin, 1 lít giấm Nhật, 1kg đường, 100g lá tía tô, 200g trái mơ đỏ

Chế biến:

- Gừng non bào lát mỏng vừa ăn. Luộc cho gừng chín và trong để gừng không bị gắt hay gãy. Phơi khô gừng đã luộc trên khay khoảng 2 tiếng.
- Khuấy đều nước dùng Dashi, rượu Mirin, giấm, đường, lá tía tô và trái mơ. Cho gừng phơi khô vào hỗn hợp vừa pha.
- Cho hỗn hợp nước gừng vào ngăn mát tủ lạnh, để từ 1-3 ngày là dùng được.

6

XỐT TERIYAKI

Xốt Teriyaki không chỉ là loại xốt đặc trưng của Nhật Bản mà còn được nhiều nước trên thế giới sử dụng. Xốt có vị ngọt béo, thường dùng chế biến các loại thịt, cá nướng hoặc chiên để giúp món ăn sáng bóng và hấp dẫn hơn.

Nguyên liệu:

- Một ít xương gà, gừng, cà rốt, hành Boaro, nấm đông cô, cà tím, hành tây, tỏi
- 1 lít rượu Mirin, 1 lít nước tương Nhật, 1 lít rượu Sake, 4,5 muỗng canh mật ong, 300g đường, 200g bơ lạt

Chế biến:

- Cho xương gà, gừng, cà rốt, hành Boaro, nấm đông cô, cà tím, hành tây và tỏi vào lò nướng vàng, cháy cạnh.
- Cho xương gà, các loại rau củ đã nướng vào nồi nấu chung với rượu Mirin, nước tương Nhật, rượu Sake, mật ong, đường và bơ lạt. Khuấy đều hỗn hợp nước xốt Teriyaki khoảng 1 tiếng. Khi nước xốt sệt lại thì tắt bếp.
- Bảo quản xốt Teriyaki trong chai hoặc hộp và dùng dần.

5

XỐT CỐT CHANH

Xốt cốt chanh dùng để ăn kèm với món lẩu hoặc món chiên.

Nguyên liệu (cho 500g xốt):

- 100ml nước cốt chanh, 100ml nước cốt tắc, 100ml nước dùng Dashi, 100ml rượu Mirin, 3,5 muỗng canh đường, 3,5 muỗng canh giấm, 2 muỗng cà phê cá bào Nhật (cá ngừ xông khói, muối khô)

Chế biến:

- Khuấy đều nước cốt chanh, nước cốt tắc, nước dùng Dashi, rượu Mirin, đường, giấm và cá bào. Ngâm hỗn hợp trên khoảng 1 ngày. Sau đó vớt bỏ phần cặn, lược lấy phần nước.

Phần lớn các món ăn trong cuốn sách này được xây dựng theo khẩu phần 1 người ăn. Các bạn có thể điều chỉnh lượng nguyên liệu để chế biến cho phù hợp với gia đình.

MAKI SUSHI CUỐN NHỎ

NGUYÊN LIỆU

- ⅔ chén cơm Sushi, nửa lá rong biển, 40g thanh cua

- Gừng Sushi, mù tạt, nước tương Nhật

CHẾ BIẾN

Đặt lá rong biển lên một cái mành tre. Trải đều cơm lên lá rong biển. Cho thanh cua vào giữa lá rong biển rồi cuốn chặt tay thành cuộn cơm. Cắt cuộn cơm thành 6 khoanh tròn bằng nhau.

- Xếp các khoanh cơm vào đĩa. Ăn kèm với gừng Sushi, mù tạt và nước tương Nhật.
- Thay thế thanh cua bằng cá hồi, cá thu, trứng chiên, bơ trái, tảo biển, dưa leo hoặc các loại rau củ khác để tạo thành các loại cuốn nhỏ có nhân khác nhau.

CƠM CUỘN CẦU VỒNG

- 1 chén cơm Sushi, nửa lá rong biển, 4 muỗng cà phê trứng cá đỏ, nửa muỗng cà phê bột trà xanh, 1 miếng phô mai, 1 cây thanh cua, 3-4 lát dưa leo, 1 miếng trứng chiên, 3-4 lát bơ trái

- Gừng Sushi, mù tạt, nước tương Nhật

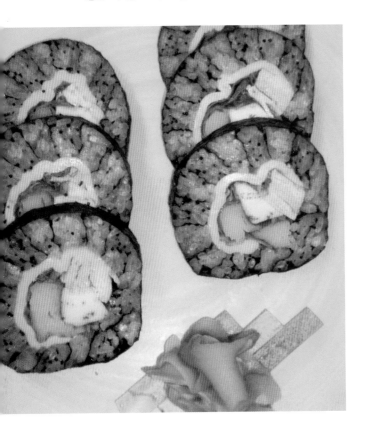

- Đặt 2 lá rong biển chồng lên nhau rồi cắt thành 7 phần nhỏ.

- Tiếp tục đặt chồng 7 phần lá rong biển xen kẽ màu sắc với nhau. Sau đó cho thanh cua, trứng chiên, dưa leo, phô mai, bơ vào giữa rồi cuộn chặt tay thành cuộn cơm. Cắt cuộn cơm thành 6 khoanh tròn bằng nhau.

CHẾ BIẾN

- Trộn một nửa cơm với bột trà xanh, một nửa cơm với trứng cả đỏ. Thanh cua, trứng chiên thái sợi. Cắt lá rong biển thành 2 miếng bằng nhau.

- Đặt 2 miếng rong biển lên mành tre. Múc cơm trộn trứng cá và cơm trộn bột trà xanh cho riêng vào từng lá rong biển.

Xếp các khoanh cơm lên thớt gỗ hoặc đĩa. Ăn kèm với gừng Sushi, mù tạt và nước tương Nhật.

CƠM CUỐN PHỄU

CƠM CUỐN PHỄU

NGUYÊN LIỆU

- Nửa chén cơm Sushi, nửa lá rong biển, nửa cây thanh cua, 3-4 lát bơ trái, 3-4 lát dưa leo, 1 lá xà lách nhỏ, 1 con tôm sú, 1 muỗng cà phê xốt Mayonnaise, 1 muỗng cà phê trứng cá đỏ

- Gừng Sushi, mù tạt, nước tương Nhật

CHẾ BIẾN

- Tôm luộc chín, lột vỏ, chừa đuôi.

- Đặt lá rong biển lên một cái mành tre. Trải đều cơm lên bên trái lá rong biển. Cho dưa leo, thanh cua, xà lách, bơ, tôm và xốt Mayonnaise vào cơm. Cuộn lá rong biển từ trái sang phải tạo thành hình chiếc phễu. Cho trứng cá đỏ lên trên cùng.

- Đặt cuốn phễu vào đĩa. Ăn kèm với gừng Sushi, mù tạt và nước tương Nhật.

- *Thay thế nhân tôm bằng các loại cá tươi sống như cá hồi, cá thu, cá ngừ, cá basa để món ăn thêm phong phú.*

CUỐN RỒNG ĐẶC BIỆT

NGUYÊN LIỆU

- 1 chén cơm Sushi, nửa lá rong biển, 2 con tôm sú, 1 trái bơ, 2 muỗng cà phê xốt Mayonnaise

- Trứng cá Ebiko (đỏ), bột năng, gừng Sushi, mù tạt, nước tương Nhật

CHẾ BIẾN

- Bơ gọt bỏ vỏ và hạt, thái thành 12-15 lát mỏng.

- Tôm rửa sạch, lột vỏ, chừa đầu và đuôi. Lăn tôm qua bột năng rồi thả vào chảo dầu nóng chiên giòn.

- Đặt lá rong biển lên một cái mành tre. Trải đều cơm lên lá rong biển. Lật ngược lá rong biển lại, cho tôm chiên và 1 muỗng cà phê xốt Mayonnaise vào rồi cuộn chặt tay thành cuộn cơm.

- Xếp bơ thái lát phủ lên mặt cuộn cơm. Dùng dao sạch cắt cuộn cơm thành 8 khoanh tròn bằng nhau.

Phết một lớp xốt Mayonnaise bên dưới đĩa thức ăn để trang trí. Xếp các khoanh cơm vào đĩa theo hình con rồng. Rắc một ít trứng cá lên trên bơ lát. Ăn kèm với gừng Sushi, mù tạt và nước tương Nhật.

CƠM CUỐN NHỆN

NGUYÊN LIỆU

- 1 chén cơm Sushi, nửa lá rong biển, 1 con cua lột, 3-4 thanh dưa leo, 3-4 thanh cà rốt, 1 miếng phô mai, 4 muỗng cà phê xốt Mayonnaise, 1 muỗng cà phê mè rang

- Gừng Sushi, mù tạt, nước tương Nhật, bột năng

CHẾ BIẾN

- Cua lột lăn qua bột năng, thả vào chảo dầu nóng chiên giòn. Cắt cua làm đôi theo chiều dọc.

- Đặt lá rong biển lên một cái mành tre. Trải đều cơm lên lá rong biển. Lật ngược lá rong biển lại, cho phô mai, cà rốt, dưa leo và cua lột chiên vào rồi cuộn chặt tay thành cuộn cơm. Lưu ý đặt các chân cua ra ngoài hai bên lá rong biển.

- Rắc mè rang lên cuộn cơm. Dùng dao sạch cắt cuộn cơm thành 8 khoanh tròn bằng nhau.

Tạo hình mạng nhện trên đĩa bằng xốt Mayonnaise. Xếp các khoanh cơm vào đĩa. Trang trí thêm mù tạt và gừng Sushi. Ăn kèm với nước tương Nhật.

CUỐN CÁ NGỪ XỐT CAY CHIÊN GIÒN

NGUYÊN LIỆU

- ⅔ chén cơm Sushi, nửa lá rong biển, 40g cá ngừ, 4 muỗng cà phê xốt Mayonnaise, 1 muỗng cà phê trứng cá đỏ, 1 chén bột Tempura

- Gừng Sushi, mù tạt, nước tương Nhật, dầu ăn, bột mì, tương ớt

CHẾ BIẾN

- Cá ngừ thái lát, trộn với một ít tương ớt.

- Đặt lá rong biển lên một cái mành tre. Múc cơm trải đều lên lá rong biển. Cho cá ngừ trộn tương ớt vào giữa cơm rồi cuốn chặt tay thành cuộn cơm.

- Bắc chảo lên bếp, cho dầu ăn vào đun nóng. Lăn cuộn cơm qua bột mì, bột Tempura rồi thả vào chảo dầu chiên vàng giòn. Vớt cuộn cơm ra, để ráo dầu. Cắt cuộn cơm thành 6 khoanh tròn bằng nhau.

Xếp các khoanh cơm vào đĩa dài. Phết một lớp xốt Mayonnaise và rắc trứng cá lên khoanh cơm. Trang trí thêm mù tạt và gừng Sushi lên đĩa. Ăn kèm với nước tương Nhật.

CƠM CUỐN KIỂU CALIFORNIA

NGUYÊN LIỆU

- 1 chén cơm Sushi, nửa lá rong biển, 3-4 thanh dưa leo, 3-4 lát bơ trái, 2 cây thanh cua, 1 miếng trứng chiên, nửa muỗng canh trứng cá đỏ, 2 muỗng cà phê xốt Mayonnaise, 1 lá xà lách

- Gừng Sushi, mù tạt, nước tương Nhật

CHẾ BIẾN

- Xà lách rửa sạch.

- Đặt lá rong biển lên một cái mành tre. Trải đều cơm lên lá rong biển. Lật ngược lá rong biển lại, cho xà lách, dưa leo, thanh cua, bơ, trứng chiên và xốt Mayonnaise vào giữa rồi cuốn chặt tay thành cuộn cơm. Lăn cuộn cơm qua trứng cá rồi cắt thành 8 khoanh bằng nhau.

Xếp các khoanh cơm vào đĩa dài. Trang trí thêm lá tre (hoặc lá chuối), mù tạt và gừng Sushi. Ăn kèm với nước tương Nhật.

SUSHI CUỐN NHỎ

NGUYÊN LIỆU

- 1,5 chén cơm Sushi, 2 lát cá hồi, 2 lát cá ngừ, 2 lát mực lá, 2 con tôm sú

- Gừng Sushi, mù tạt, nước tương Nhật

CHẾ BIẾN

- Tôm luộc chín, lột vỏ, bỏ đầu, chừa phần đuôi. Dùng dao cắt dọc ⅔ phần bụng tôm.

- Nắm cơm Sushi thành 8 viên hình thoi dài 4cm.

- Lấy lát cá hồi, lát cá ngừ, lát mực và tôm đắp lên các viên cơm.

Xếp các viên cơm vào đĩa. Ăn kèm với gừng Sushi, mù tạt và nước tương Nhật.

SUSHI CUỐN LỚN

NGUYÊN LIỆU

- 1 chén cơm Sushi, nửa lá rong biển, 2 con tôm sú, 1 cây thanh cua, 1 miếng trứng cuộn, 20g chà bông cá màu hồng, 3-4 lát dưa leo, 4 muỗng cà phê trứng cá đỏ, một ít nấm kho và củ cải trắng kho

- Gừng Sushi, mù tạt, nước tương Nhật

CHẾ BIẾN

- Tôm sú lột vỏ.

- Đặt lá rong biển lên một cái mành tre. Múc cơm trải đều lên lá rong biển. Xếp tôm sú, thanh cua, trứng cuộn, dưa leo, chà bông cá, trứng cá đỏ, nấm kho và củ cải trắng lên cơm sao cho xen kẽ màu sắc. Sau đó cuộn chặt tay thành cuộn cơm.

- Cắt cuộn cơm thành 5 khoanh bằng nhau.

Xếp các khoanh cơm vào đĩa. Ăn kèm với gừng Sushi, mù tạt và nước tương Nhật.

SUSHI VIÊN TRÒN

NGUYÊN LIỆU

- 1 lát cá hồi, 1 lát cá ngừ, 1 lát mực lá, 1 lát bơ trái, 1 con tôm sú, 1 chén cơm Sushi

- Gừng Sushi, mù tạt, nước tương Nhật

CHẾ BIẾN

- Tôm sú lột vỏ. Dùng dao cắt dọc ⅔ phần bụng tôm.

- Nắm cơm Sushi thành 5 viên tròn đều nhau. Đắp lát cá hồi, lát cá ngừ, lát mực lá, lát bơ và tôm lên các viên cơm. Sau đó dùng tay nắm cho viên cơm tròn đều và dính chặt với các nguyên liệu.

Xếp các viên cơm ra đĩa. Ăn kèm với gừng Sushi, mù tạt và nước tương Nhật.

SUSHI TRỨNG CÁ

NGUYÊN LIỆU

- Nửa chén cơm Sushi, ⅓ lá rong biển, 4 muỗng cà phê trứng cá đỏ, một ít dưa leo

- Gừng Sushi, mù tạt, nước tương Nhật

CHẾ BIẾN

- Dưa leo rửa sạch, cắt thanh dài. Lá rong biển cắt thành 2 miếng đều nhau.

- Nắm cơm Sushi thành 2 viên hình thoi dài khoảng 4cm.

- Lấy lá rong biển bọc quanh viên cơm. Cho lần lượt dưa leo và trứng cá lên trên lá rong biển.

Xếp các viên cơm vào đĩa. Ăn kèm với gừng Sushi, mù tạt, nước tương Nhật.

SUSHI CÁ KOI

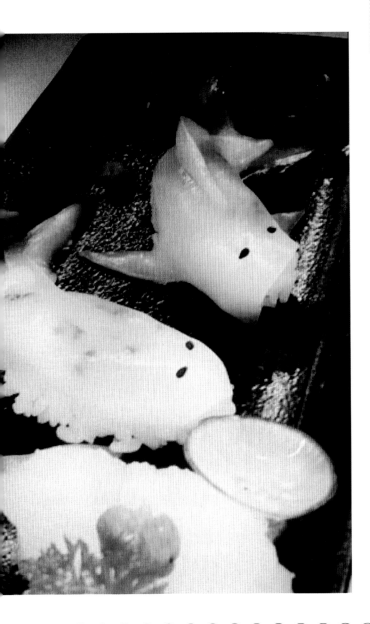

NGUYÊN LIỆU

- Nửa chén cơm Sushi, 1 lát mực lá, 1 lá rong biển, 1 muỗng cà phê trứng cá đỏ, 1 miếng trứng cuộn

- Tảo đỏ, mè đen, gừng Sushi, mù tạt, nước tương Nhật

CHẾ BIẾN

- Cắt nhỏ lá rong biển.

- Nắm cơm Sushi thành 2 viên hình thoi dài khoảng 4cm.

- Cho lần lượt trứng cá, rong biển, trứng cuộn, tảo đỏ lên viên cơm để tạo hoa văn màu sắc cho thân cá.

- Bọc miếng mực quanh viên cơm. Khéo léo dùng kéo cắt hai bên và phía cuối miếng mực tạo thành vây cá và đuôi cá.

- Gắn 2 hạt mè đen vào 2 bên làm mắt cá.

Xếp Sushi cá koi vào đĩa. Ăn kèm với gừng Sushi, mù tạt và nước tương Nhật.

SUSHI
ÉP KHUÔN

NGUYÊN LIỆU

- 120g lươn Nhật, 2 chén cơm Sushi, 3-4 thanh dưa leo, 1 cây thanh cua, 1 muỗng cà phê mè rang, ¼ lá rong biển

- Gừng Sushi, mù tạt, nước tương Nhật

CHẾ BIẾN

- Lươn Nhật làm sạch, thái lát.

- Chuẩn bị một cái khuôn làm Sushi. Lót một miếng nilon lên khuôn để khi ép cơm không bị dính vào khuôn.

- Xếp những lát lươn Nhật vào khuôn. Sau đó tới một lớp cơm Sushi, lớp dưa leo, thanh cua. Cuối cùng cho thêm một lớp cơm Sushi nữa vào khuôn. Dùng tay ép chặt lên khuôn cho các nguyên liệu kết dính với nhau thành cuộn cơm.

- Cắt cuộn cơm Sushi thành 8 phần bằng nhau.

- *Xếp Sushi lên đĩa. Rắc mè đen lên trên cơm.*
- *Ăn kèm với gừng Sushi, mù tạt và nước tương Nhật.*

TRỨNG CUỘN LƯƠN NHẬT

NGUYÊN LIỆU

4 quả trứng gà, 50g lươn Nhật, 1 muỗng cà phê bột cá hạt Hondashi, 1 muỗng cà phê nước tương Nhật, 3 muỗng cà phê rượu Mirin, 3 muỗng cà phê rượu Sake, dầu ăn

vào. Dầu nóng cho trứng vào chiên lớp đầu tiên. Trứng vừa chín cho lươn vào giữa. Dùng tay nhẹ nhàng cuộn trứng lại.

- Tiếp tục chiên thêm lớp trứng thứ hai. Cuộn lớp trứng chiên thứ nhất vào lớp thứ hai. Thực hiện tương tự các lớp trứng kế tiếp cho đến khi hết trứng.

- Dùng một cái mành tre ép trứng thành cuộn hình vuông. Cắt cuộn trứng thành khoanh nhỏ vừa ăn.

CHẾ BIẾN

- Lươn làm sạch, cắt khoanh.

- Tách trứng gà vào tô. Cho bột cá, nước tương, các loại rượu vào khuấy đều. Lược lại hỗn hợp qua rây để trứng không còn cặn.

- Bắc một cái chảo vuông lên bếp, đổ một ít dầu ăn

- Dọn món ăn ra đĩa, dùng nóng.
- Món trứng cuộn lươn có vị ngọt thanh. Lưu ý trứng chiên xong thì lươn phải nằm ở giữa cuộn trứng thì món ăn mới đẹp mắt và hấp dẫn.

ĐẬU HŨ LẠNH

NGUYÊN LIỆU

- 1 hộp đậu hũ non, 1 muỗng cà phê cá bào Nhật, 1 trái cà chua, ¼ lá rong biển, 2 cây hành lá

- Một ít gừng mài nhuyễn, củ cải trắng mài nhuyễn

CHẾ BIẾN

- Lá rong biển, cá bào, hành lá cắt nhuyễn. Cà chua thái lát hoặc tỉa hoa.

- Đậu hũ non cắt thành 6 miếng. Ngâm đậu hũ trong nước đá cho thật lạnh.

- Vớt đậu hũ cho vào chén hoặc đĩa. Cho củ cải, gừng, hành lá, lá rong biển lên trên đậu hũ. Đặt cà chua vào kế đậu hũ. Ăn kèm với cá bào và nước tương Nhật.
- Trộn đều củ cải, gừng, hành lá, rong biển với nước tương trước khi ăn.
- Món đậu hũ thơm ngon, bổ dưỡng, mát lạnh rất thích hợp để dùng trong những ngày hè nắng nóng.

XÚP MISO

NGUYÊN LIỆU

- 200ml nước dùng Dashi, 4 muỗng cà phê bột Miso vàng, 1,5 muỗng canh đậu hũ thái hạt lựu, một ít rong biển khô và hành lá

- 4 muỗng cà phê rượu Mirin, 1 muỗng cà phê rượu Sake nấu, 1 muỗng cà phê đường, 1 muỗng cà phê bột cá hạt Hondashi

CHẾ BIẾN

- Hành lá, rong biển khô cắt nhỏ.

- Đun sôi nước dùng Dashi. Sau đó rây bột Miso vào nước dùng. Khuấy cho bột Miso tan đều. Cho bột cá, đường, rượu Mirin, rượu Sake vào nước dùng khuấy đều. Nêm nếm xúp vừa ăn rồi tắt bếp.

- Cho đậu hũ, hành lá, rong biển khô vào chén. Đổ thêm nước xúp Miso đã nấu vào. Dùng món khi còn nóng.

- Xúp Miso là một món ăn truyền thống của người Nhật. Thành phần chính của xúp là bột Miso (đậu nành lên men theo kiểu Nhật) và nước dùng Dashi. Các nguyên liệu phụ như rong biển, đậu hũ, nấm, hành, thịt, hải sản...được lựa chọn nấu cùng tùy theo sở thích của mỗi người.

TRỨNG HẤP

NGUYÊN LIỆU

2 quả trứng gà, 180ml nước dùng Dashi, 4 muỗng cà phê rượu Mirin, 1 muỗng cà phê nước tương Nhật, nửa muỗng cà phê bột cá hạt Hondashi, nửa muỗng cà phê muối

CHẾ BIẾN

- Trứng gà tách ra tô, đánh tan.

- Cho nước dùng Dashi, rượu Mirin, nước tương, bột cá và muối vào tô trứng. Khuấy đều các nguyên liệu với nhau. Sau đó lược lại hỗn hợp trứng vào một cái thố.

- Chuẩn bị một cái nồi hấp. Đặt thố trứng vào nồi hấp khoảng 8-10 phút là được.

- *Lấy thố trứng ra khỏi nồi hấp. Dùng nóng.*
- *Món trứng hấp thơm mềm, nóng hổi và bổ dưỡng là một món khai vị tuyệt vời được nhiều người yêu thích. Có thể thêm thanh cua, thịt gà và nấm vào trứng hấp để món ăn hấp dẫn hơn.*

NGƯU BÁNG XÀO CÀ RỐT

NGUYÊN LIỆU

Rễ cây ngưu báng (30cm), nửa củ cà rốt, 4 muỗng cà phê mè trắng, 3 muỗng cà phê dầu ăn, 2 muỗng cà phê đường, 2 muỗng cà phê rượu Mirin, 4 muỗng cà phê nước tương Nhật, 1 muỗng cà phê dầu mè

CHẾ BIẾN

- Dùng dao cạo lớp vỏ cây ngưu báng rồi ngâm vào trong nước sạch. Nên cạo cây ngưu báng trong nước để cây ngưu báng không bị chuyển màu. Sau đó thái rễ ngưu báng thành sợi dài 4cm.

- Cà rốt bào vỏ, rửa sạch, thái sợi dài 4cm. Mè trắng rang vàng.

- Làm nóng chảo trên bếp với dầu ăn. Cho ngưu báng và cà rốt vào chảo xào sơ. Tiếp tục cho đường, rượu Mirin, nước tương vào xào cho đến khi hỗn hợp gia vị thấm rút vào cây ngưu báng. Rưới dầu mè vào ngưu báng, đảo đều rồi tắt bếp.

- Dọn món ra đĩa, ăn kèm với cơm trắng.

- Ngưu báng được người Nhật xem là một loại thực phẩm quý và có ích cho sức khỏe. Món ăn giòn ngon, màu sắc hấp dẫn, có vị ngọt của rễ cây ngưu báng và hương thơm của mè rang.

DƯA LEO
TRỘN TÔM

NGUYÊN LIỆU

1,5 trái dưa leo, 1 con tôm sú, 1 cây thanh cua, 4 muỗng cà phê giấm gạo, 4 muỗng cà phê rượu Mirin, 2 muỗng cà phê nước tương Nhật, 70ml nước, 1 muỗng cà phê đường, 2 muỗng cà phê muối, một ít mè đen rang

CHẾ BIẾN

- Tôm luộc chín, lột vỏ, bỏ đầu, chừa phần đuôi. Dùng dao cắt sâu vào ⅔ bụng tôm theo chiều dọc. Thanh cua xé sợi.

- Dưa leo rửa sạch, cắt đôi, bỏ hạt. Ướp dưa leo với muối khoảng 3 phút cho giòn. Sau đó rửa dưa leo qua nước sạch, vớt ra rổ để ráo. Thái lát dưa leo.

- Cho giấm gạo, rượu Mirin, nước tương Nhật, nước và đường vào tô khuấy đều. Đặt hỗn hợp nước tương giấm vào ngăn mát tủ lạnh.

- *Xếp dưa leo, tôm, thanh cua vào đĩa. Rưới hỗn hợp nước tương giấm và rắc một ít mè rang lên trên.*
- *Món dưa leo trộn tôm dùng lạnh sẽ ngon hơn.*

MỰC TRỘN TRỨNG CÁ

NGUYÊN LIỆU

1 con mực lá, 3 muỗng cà phê trứng tôm Tobiko, 1 trái dưa leo, 6 muỗng cà phê nước tương Nhật, 2 muỗng cà phê mù tạt

CHẾ BIẾN

- Dưa leo rửa sạch, thái lát.

- Mực lá lột bỏ lớp da ở hai bên rồi rửa sạch, để ráo nước. Cho mực vào tủ lạnh khoảng 15 phút để mực săn lại. Sau đó lấy mực ra thái sợi.

- Trộn đều mực với trứng tôm.

Xếp dưa leo vào đĩa. Cho mực trộn trứng tôm lên trên. Ăn kèm món với nước tương Nhật và mù tạt.

TẢO BIỂN CHUA NGỌT

NGUYÊN LIỆU

300g dưa leo, 1 lá rong biển Wakame, 4 muỗng cà phê giấm gạo, 4 muỗng cà phê rượu Mirin, 2 muỗng cà phê nước tương Nhật, 2,5 muỗng canh muối, 2 muỗng canh đường, một ít mè trắng rang

CHẾ BIẾN

- Rong biển ngâm nước cho nở rồi vớt ra để ráo. Cắt rong biển thành sợi mỏng.

- Dưa leo rửa sạch, cắt đôi, bỏ hạt. Ướp dưa leo với muối khoảng 3 phút cho giòn rồi rửa qua nước sạch, vắt ráo, thái mỏng.

- Khuấy đều giấm gạo, rượu Mirin, 3,5 muỗng canh nước, nước tương Nhật và đường. Sau đó cho hỗn hợp nước tương giấm vào tủ lạnh.

- Trộn đều dưa leo với rong biển.

- Cho hỗn hợp dưa leo, rong biển trộn vào chén. Rưới nước tương giấm và rắc mè rang lên trên. Dùng lạnh.

- Rong biển nên ngâm từ 30-60 phút, không nên ngâm quá lâu sẽ làm rong biển mất độ dai và ngon.

SALAD CÁ HỒI XÔNG KHÓI

NGUYÊN LIỆU

- 70g cá hồi xông khói, 1 lá xà lách xoăn, 2 trái cà chua bi

- Một ít bắp cải tím, bắp cải trắng, cà rốt và rong nho tươi

- 2 muỗng canh xốt mè rang, nửa muỗng cà phê mè trắng, 1 muỗng cà phê dầu ô liu

CHẾ BIẾN

- Bắp cải trắng, bắp cải tím cắt bỏ gốc, rửa sạch, cắt nhuyễn. Cà rốt bào vỏ, rửa sạch, thái sợi. Xà lách, rong nho, cà chua rửa sạch. Cắt nhỏ cà chua.

- Mè trắng rang vàng.

Xếp xà lách xoăn vào đĩa. Sau đó cho các loại rau củ lên xà xách. Đặt cá hồi lên trên cùng. Rắc mè rang và rưới dầu ô liu, xốt mè rang lên trên trước khi ăn.

SALAD TẢO BIỂN

NGUYÊN LIỆU

- 2 trái cà chua bi, 1 lá xà lách xoăn

- Một ít rong biển khô, rong nho tươi, bắp cải tím, bắp cải trắng, cà rốt

- 2 muỗng canh xốt mè rang, nửa muỗng cà phê mè trắng rang, 1 muỗng cà phê dầu ô liu

CHẾ BIẾN

- Rong biển ngâm nước cho nở giòn rồi vắt khô, thái sợi.

- Rong nho tươi rửa sạch, để ráo. Bắp cải cắt bỏ gốc, rửa sạch, cắt nhuyễn. Cà rốt bào vỏ, rửa sạch, thái sợi. Xà lách, cà chua rửa sạch. Cắt nhỏ cà chua.

- Mè trắng rang vàng.

Xếp xà lách vào chén hoặc đĩa. Sau đó cho rong nho, các loại rau củ đã sơ chế lên xà lách. Đặt rong biển thái sợi ở giữa. Rắc mè rang và rưới dầu ô liu, xốt mè rang vào trước khi ăn.

SALAD CÁ NGỪ NƯỚNG TÁI

NGUYÊN LIỆU

- 100g cá ngừ, 1 lá xà lách xoăn, 2 trái cà chua

- Một ít bắp cải trắng, bắp cải tím, cà rốt thái sợi, xà lách xoong

- 4 muỗng cà phê bột Miso, 1 muỗng cà phê giấm Nhật, 1 muỗng cà phê rượu Mirin, 1 muỗng cà phê đường, 1 muỗng cà phê dầu mè, 1 muỗng cà phê mè trắng

CHẾ BIẾN

- Cá ngừ nướng tái qua lửa khè. Sau đó ngâm cá ngừ vào nước đá cho lạnh rồi thái lát mỏng.

- Các loại bắp cải cắt bỏ gốc, rửa sạch, cắt nhuyễn. Cà rốt bào vỏ, rửa sạch, thái sợi. Xà lách xoong rửa sạch. Cà chua cắt múi. Trộn đều các loại rau củ vừa sơ chế.

- Mè trắng rang vàng.

- Khuấy đều bột Miso, giấm, rượu, đường và dầu mè thành xốt Miso.

- Xếp xà lách xoăn vào đĩa trước. Sau đó cho hỗn hợp rau củ trộn lên xà lách xoăn. Đặt cá ngừ nướng tái vào giữa. Rắc mè rang lên trên cùng. Ăn salad kèm với xốt Miso.

SALAD RONG BIỂN TƯƠI

NGUYÊN LIỆU

- 40g rong nho tươi, 1 lá xà lách xoắn, 2 trái cà chua, 1 muỗng cà phê mè trắng, 2 muỗng canh xốt mè rang

- Một ít bắp cải trắng, bắp cải tím, cà rốt

CHẾ BIẾN

- Rong nho tươi, xà lách rửa sạch. Các loại bắp cải cắt bỏ gốc, rửa sạch, cắt nhuyễn. Cà rốt bào vỏ, rửa sạch, thái sợi. Cà chua cắt múi. Trộn đều bắp cải, cà rốt và cà chua.

- Mè trắng rang vàng.

- *Xếp xà lách xoắn ra đĩa trước. Sau đó cho các loại rau củ đã sơ chế xen kẽ màu sắc lên xà lách xoắn. Cho rong nho tươi vào giữa. Rắc mè rang lên trên cùng.*
- *Dùng salad kèm với xốt mè rang.*

SALAD CÁ SỐNG

NGUYÊN LIỆU

- 2 lát cá hồi, 2 lát cá ngừ, 2 lát cá trích, 2 con tôm sú, 2 lát mực lá, 1 lá xà lách xoắn

- Một ít bắp cải tím, bắp cải trắng, cà rốt, rong nho tươi

- 2 muỗng cà phê trứng cá đỏ, 1 muỗng cà phê mè trắng, 2 muỗng canh xốt mè rang

CHẾ BIẾN

- Cá hồi, cá ngừ, cá trích, mực lá chọn mua loại tươi ngon.

- Tôm sú lột vỏ, bỏ đầu và đuôi rồi đem đi áp chảo.

- Rong nho tươi, xà lách rửa sạch. Bắp cải cắt bỏ gốc, rửa sạch, cắt nhuyễn. Cà rốt bào vỏ, rửa sạch, thái sợi.

- Mè trắng rang vàng.

- Xếp các loại rau củ đã sơ chế lên đĩa. Lần lượt cho các loại cá sống và tôm lên xung quanh rau củ. Cuối cùng rắc trứng cá và mè rang lên trên.

- Ăn salad kèm với xốt mè rang.

TÔM VÀ RAU CHIÊN TEMPURA

NGUYÊN LIỆU

- 5 con tôm sú, 1 cây rau tần ô, ¼ củ cải trắng, 200g bột Tempura, 1 quả trứng gà, 300ml nước lạnh, 300ml dầu ăn

- 200ml nước dùng Dashi, 30ml rượu Mirin, 30ml nước tương Nhật, ⅔ muỗng cà phê bột nêm, ⅓ muỗng cà phê đường

- Một ít gừng, bột mì

- Bắc chảo lên bếp. Cho dầu ăn vào đun nóng đến nhiệt độ 165ºC. Lấy hỗn hợp bột Tempura đã trộn ra khỏi tủ lạnh.

- Nhúng lần lượt tôm và rau tần ô qua một lớp bột mì, một lớp bột Tempura rồi thả vào chảo dầu nóng. Chiên đến khi tôm và tần ô vàng giòn thì vớt ra để ráo dầu.

- *Xếp tôm và rau tần ô chiên vào đĩa. Trang trí thêm củ cải trắng và gừng mài. Ăn kèm với nước chấm Tempura.*

- *Tempura là một món khá phổ biến trong bữa ăn của người Nhật, thường được dùng làm món khai vị hoặc ăn chung với cơm, mì, lẩu. Có thể thay thế tôm, rau tần ô bằng các loại cá, mực, bí ngô, khoai lang hoặc ớt ngọt.*

CHẾ BIẾN

- Tôm sú lột vỏ, bỏ đầu, chừa đuôi. Rau tần ô cắt bỏ gốc, rửa sạch. Củ cải trắng, gừng gọt bỏ vỏ, mài nhuyễn.

- Trứng gà tách lấy lòng đỏ. Khuấy đều bột Tempura với nước lạnh và lòng đỏ trứng gà thành hỗn hợp sệt rồi cho vào ngăn mát tủ lạnh.

- Pha nước dùng, rượu Mirin, nước tương, bột nêm và đường làm nước chấm Tempura.

ĐẬU HŨ CHIÊN GIÒN XỐT NẤM

NGUYÊN LIỆU

- 3 miếng đậu hũ mềm, 1 con tôm sú, 1 cây thanh cua, 1 tai nấm đông cô tươi, 1 tai nấm linh chi, một ít đậu Hà Lan và rong biển cắt nhuyễn

- 80ml nước dùng Dashi, 2 muỗng cà phê rượu Mirin, 2 muỗng cà phê nước tương Nhật, nửa muỗng cà phê bột cá hạt Hondashi, nửa muỗng cà phê đường, 4 muỗng cà phê bột năng, nửa muỗng cà phê dầu mè

chiên giòn.

- Khuấy đều nước dùng Dashi, rượu Mirin, nước tương, bột cá, đường và dầu mè làm nước xốt.

- Đổ nước xốt vào nồi, bắc lên bếp nấu sôi. Cho tôm sú, thanh cua, nấm đông cô, nấm linh chi, đậu Hà Lan vào nồi nấu chín. Sau đó cho 1 muỗng cà phê bột năng pha với một ít nước vào nồi khuấy đều. Khi nước xốt sệt lại thì tắt bếp.

CHẾ BIẾN

- Tôm sú lột vỏ, thái hạt lựu. Thanh cua thái hạt lựu. Nấm đông cô cắt bỏ gốc rồi cắt làm bốn. Nấm linh chi cắt nhỏ.

- Đậu hũ tẩm bột năng rồi thả vào chảo dầu nóng

Cho đậu hũ chiên giòn vào chén. Rưới nước xốt nấm và rắc một ít rong biển cắt nhuyễn lên đậu hũ.

BÁNH BẠCH TUỘC

NGUYÊN LIỆU

(cho 4 phần ăn)

- 100g bạch tuộc, nửa bắp cải trắng, 1 cây hành lá, 2 muỗng cà phê bột Tempura, 100g bột Takoyaki, 1,5 muỗng canh bia, 1 quả trứng gà, 250ml nước

- Một ít xốt Mayonnaise, xốt Tonkatsu, cá bào, rong biển sợi, gừng đỏ

CHẾ BIẾN

- Bạch tuộc làm sạch, luộc chín, cắt thành 25 miếng nhỏ.

- Bắp cải, hành lá rửa sạch, cắt nhỏ. Gừng đỏ cắt nhỏ.

- Tách trứng gà ra chén. Khuấy đều trứng gà với bột Tempura, bột Takoyaki, nước và bia thành bột chiên bánh.

- Chuẩn bị chảo làm bánh Takoyaki (nếu không có có thể dùng khuôn Waffle hoặc khuôn Muffin và nướng bằng lò nướng). Làm nóng chảo trên bếp. Phết một ít dầu ăn vào các khuôn. Đổ hỗn hợp bột vào khuôn bánh. Sau đó cho bạch tuộc, hành lá (chừa lại một ít), bắp cải và gừng đỏ cắt nhỏ vào giữa bánh. Chờ lớp vỏ bánh phía dưới hơi đặc, chín vàng thì trở bánh, chiên vàng giòn mặt còn lại rồi gắp bánh ra.

- *Xếp bánh bạch tuộc chiên giòn vào đĩa. Rưới xốt Mayonnaise, xốt Tonkatsu và rải một ít hành lá cắt nhỏ, cá bào, rong biển sợi lên bánh.*
- *Bánh bạch tuộc là món bánh truyền thống trong các dịp lễ hội của người Nhật. Món bánh Takoyaki thơm ngon, hấp dẫn, đầy màu sắc rất được các bạn trẻ Việt Nam yêu thích.*

THỊT HEO CHIÊN XÙ

NGUYÊN LIỆU

120g nạc thăn heo, 4 muỗng cà phê bột mì, 2 quả trứng gà, 4 muỗng canh bột bánh mì vụn Panko, 1 lá xà lách xoắn, 1 trái cà chua bi, 1 lít dầu ăn, một ít bắp cải trắng và xốt Tonkatsu

CHẾ BIẾN

- Thịt thăn heo chọn loại tươi ngon. Dùng búa đập dẹp, dần thịt cho mềm. Ướp thịt với một ít muối, tiêu.

- Trứng gà tách ra chén đánh đều. Xà lách xoắn, bắp cải, cà chua bi rửa sạch. Cắt nhỏ bắp cải và xà lách xoắn.

- Đun nóng dầu ăn trong chảo. Lần lượt lăn thịt heo qua một lớp bột mì, một lớp trứng và một lớp bột Panko rồi thả vào chảo. Chiên đến khi thịt chín, vàng giòn thì vớt ra để ráo dầu. Cắt thịt heo chiên thành miếng nhỏ vừa ăn.

- *Xếp thịt heo chiên xù vào đĩa. Ăn kèm với bắp cải, xà lách, cà chua bi và xốt Tonkatsu.*
- *Miếng thịt chiên giòn ngọt ăn kèm salad trộn và nước xốt đậm đà tạo nên hương vị đặc biệt cho món ăn này.*

THỊT BÒ CUỘN PHÔ MAI CHIÊN XÙ

NGUYÊN LIỆU

90g thịt bò, 1 miếng phô mai, 4 muỗng cà phê bột mì, 1 quả trứng gà, 4 muỗng canh bột bánh mì vụn Panko, 1 lá xà lách xoắn, 1 trái cà chua bi, 1 lít dầu ăn, một ít bắp cải trắng và xốt Tonkatsu

CHẾ BIẾN

- Thịt bò thái thành 6 lát mỏng. Phô mai cắt thành 6 miếng nhỏ. Đặt một miếng phô mai vào giữa lát thịt bò rồi cuộn lại.

- Trứng gà tách ra chén đánh đều. Xà lách xoắn, bắp cải, cà chua bi rửa sạch. Cắt nhỏ bắp cải và xà lách xoắn.

- Đun nóng dầu ăn trong chảo. Lần lượt lăn thịt bò cuộn phô mai qua một lớp bột mì, một lớp trứng và một lớp bột Panko rồi thả vào chảo. Chiên đến khi thịt bò vừa chín, vàng giòn thì vớt ra để ráo dầu.

Xếp thịt bò cuộn phô mai chiên xù vào đĩa. Ăn kèm với bắp cải, xà lách, cà chua bi và xốt Tonkatsu.

GÀ NƯỚNG PHÔ MAI

NGUYÊN LIỆU

1 cái đùi gà, 1 miếng phô mai, 4 muỗng cà phê xốt Mayonnaise, một ít muối và tiêu

CHẾ BIẾN

- Đùi gà rút bỏ xương. Ướp gà với một ít muối và tiêu rồi hấp chín. Sau đó cắt thịt gà thành miếng vừa ăn.

- Xếp gà lên khay nướng.

Đặt miếng phô mai và rưới xốt Mayonnaise lên gà rồi cho vào lò nướng. Khi phô mai và xốt Mayonnaise tan chảy, vàng đều thì lấy gà ra khỏi lò.

Cho gà nướng phô mai vào đĩa. Ăn kèm với các loại xà lách, rau củ để tăng thêm hương vị cho món ăn.

CÁ HỒI CHIÊN TỎI

NGUYÊN LIỆU

- 1 miếng cá hồi phi lê (150g), 1 lá xà lách xoăn, 1 trái cà chua bi

- Một ít bắp cải trắng bào sợi, bắp cải tím bào sợi, cá rốt bào sợi và hành lá cắt nhuyễn

- 2 muỗng cà phê tỏi băm, 2 muỗng cà phê bơ lạt, nửa muỗng cà phê bột cá hạt Hondashi, nửa muỗng cà phê đường, nửa muỗng cà phê nước tương Nhật, nửa muỗng cà phê rượu Mirin, một ít tiêu và bột mì

CHẾ BIẾN

- Phi tỏi cho vàng thơm.

- Tẩm cá hồi với một ít bột mì.

- Làm nóng chảo trên bếp. Cho một ít dầu ăn vào chảo. Sau đó cho cá hồi tẩm bột vào chiên cho giòn da và chín vàng. Cho tiếp bơ lạt vào chảo cá rồi hạ nhỏ lửa. Nêm thêm bột cá, đường, nước tương và rượu vào cá cho vừa ăn.

- Cho cá vào một bên đĩa dài. Xếp bắp cải trắng, bắp cải tím, cà rốt, xà lách xoăn, cà chua bi vào bên đĩa còn lại. Rắc tỏi phi, một ít hành lá cắt nhuyễn và tiêu lên cá. Trang trí thêm một lát chanh nhỏ lên đĩa.

- Ăn kèm với cơm trắng và xúp Miso.

CUA LỘT CHIÊN GIÒN

NGUYÊN LIỆU

- 1 vắt mì Somen, 2 con cua lột, 1 lá xà lách xoăn, 1 trái cà chua bi

- Một ít bắp cải trắng thái sợi, bắp cải tím thái sợi, cà rốt thái sợi, hành lá cắt nhuyễn, củ cải trắng mài nhuyễn

- 3 muỗng canh bột năng, 1 lít dầu ăn, 2 muỗng canh xốt cốt chanh

CHẾ BIẾN

- Cua lột cắt đôi phần mình. Dùng khăn thấm khô phần nước bên trong cua. Tẩm đều cua với bột năng. Cho cua vào chảo dầu nóng chiên với nhiệt độ khoảng 165ºC-170ºC cho giòn đều. Sau đó vớt cua ra để ráo dầu.

- Mì Somen chiên vàng trên lửa vừa.

- Xếp mì Somen đã chiên vàng vào đĩa. Cho cua lột chiên giòn lên trên mì. Cho thêm bắp cải trắng thái sợi, bắp cải tím thái sợi, cà rốt thái sợi, xà lách xoăn và cà chua bi vào đĩa cua. Rắc hành lá cắt nhuyễn và củ cải trắng mài nhuyễn lên trên.
- Ăn kèm với xốt cốt chanh và ớt bột khô.

HÀU
NƯỚNG PHÔ MAI

NGUYÊN LIỆU

- 2 con hàu sống, 3 muỗng canh xốt Mayonnaise, 2 muỗng cà phê phô mai cục bào nhuyễn, 2 muỗng cà phê trứng cá đỏ, 1 cây thanh cua, nửa muỗng cà phê mật ong, nửa muỗng cà phê bột Miso

- Một ít cà rốt cắt nhỏ và ngò tây băm nhuyễn

CHẾ BIẾN

- Hàu tách vỏ, rửa sạch, giữ lấy phần vỏ chứa thịt để nướng.

- Thanh cua cắt nhỏ.

- Trộn đều xốt Mayonnaise, phô mai bào nhuyễn, trứng cá đỏ, thanh cua, mật ong, bột Miso, cà rốt cắt nhỏ và ngò tây băm nhuyễn làm xốt phô mai.

- Nướng hàu trên lò than hoặc lò nướng. Khi hàu vừa chín tới thì cho một ít xốt phô mai đã trộn lên hàu. Tiếp tục nướng cho hàu chín vàng là được.

Xếp hàu vào đĩa. Dùng hàu nướng phô mai khi còn nóng sẽ ngon hơn.

SƯỜN NƯỚNG MẬT ONG

NGUYÊN LIỆU

- 3 cây sườn (sườn heo hoặc sườn cừu), nửa trái bắp, 2 tai nấm đông cô tươi, 30g nấm linh chi, 3 lát hành Boaro, 3 lát ớt chuông, 3 lát đậu bắp

- 2 củ hành tây, 200ml nước táo ép, 4 muỗng canh mật ong, 4 muỗng canh nước tương Nhật, 1 muỗng canh rượu Sake, 1 muỗng canh rượu Mirin, 2 muỗng canh đường, 1 muỗng canh dầu mè

CHẾ BIẾN

- Bắp trái cắt thành 4 miếng. Nấm đông cô, nấm linh chi cắt bỏ gốc. Hành tây, hành Boaro, ớt chuông, đậu bắp cắt nhỏ.

- Trộn đều hành tây, nước táo ép, mật ong, nước tương Nhật, rượu Sake, rượu Mirin, đường và dầu mè làm xốt ướp sườn.

- Ướp sườn với 2,5 muỗng canh xốt ướp vừa trộn khoảng 10 phút.

- Trộn đều bắp, nấm đông cô, nấm linh chi, hành Boaro, ớt chuông, đậu bắp rồi ướp với 2,5 muỗng canh xốt ướp sườn khoảng 10 phút.

- Cho sườn và rau củ đã ướp vào lò nướng cho chín vàng.

Xếp sườn và rau củ nướng vào đĩa. Ăn kèm với xốt nho khô có vị chua cay để món ăn thơm ngon hơn.

GAN GÀ NƯỚNG XỐT TERIYAKI

NGUYÊN LIỆU

180g gan gà, 1 lát chanh, 2 muỗng canh xốt Teriyaki

CHẾ BIẾN

- Gan gà luộc sơ.

- Quét khoảng 2 muỗng canh xốt Teriyaki lên gan gà. Sau đó cho vào lò nướng vàng đều hai mặt rồi lấy gà ra.

- Xếp gan gà nướng xốt Teriyaki vào đĩa. Ăn kèm với cơm trắng, bông cải luộc, lát chanh và một ít gừng đỏ.

- Gà nướng xốt Teriyaki là món ăn trưa thông dụng thường xuất hiện trong hộp cơm của người Nhật. Có thể thay thế gan gà bằng các loại thịt đùi, ức, cánh hoặc lườn gà với cách làm tương tự.

CÁ NGỪ NƯỚNG TÁI

NGUYÊN LIỆU
(cho 2 phần ăn)

200g cá ngừ, nửa củ cải trắng, 1 trái ớt sừng, 3-5 lá tía tô, 6 muỗng cà phê nước tương Nhật, 6 muỗng cà phê dầu ô liu

CHẾ BIẾN

- Ớt sừng bỏ hạt, cắt nhuyễn. Củ cải trắng gọt bỏ vỏ, mài nhuyễn. Lá tía tô rửa sạch, cắt nhuyễn.

- Cá ngừ nướng tái qua lửa khè. Sau đó ngâm cá ngừ vào nước đá cho lạnh rồi thái lát mỏng.

- *Xếp lát cá ngừ vào đĩa. Cho ớt sừng, củ cải đã mài nhuyễn lên cá. Rưới nước tương và dầu ô liu lên từng miếng cá. Cuối cùng rải lá tía tô cắt nhuyễn lên trên.*
- *Khi thực hiện món này nên chọn mua cá ngừ thật tươi. Lưu ý thái cá bằng dao bén thì lát cá sẽ mỏng và ngon hơn.*

ĐẦU CÁ HỒI NƯỚNG MUỐI

NGUYÊN LIỆU

Nửa cái đầu cá hồi, 2 muỗng cà phê muối, 1 lát chanh, 4 muỗng cà phê củ cải trắng bào nhuyễn, 1 cây gừng đỏ, một ít ngò tây

CHẾ BIẾN

Đầu cá hồi làm sạch. Rắc muối đều lên đầu cá hồi. Sau đó đem nướng cá cho chín và da vàng giòn.

Đặt đầu cá hồi nướng vào đĩa. Khi dùng vắt chanh vào nước tương Nhật rồi trộn đều cùng với củ cải trắng. Chấm cá vào nước tương và ăn kèm với gừng đỏ thái lát.

MỰC NƯỚNG XỐT TERIYAKI

MỰC NƯỚNG XỐT TERIYAKI

NGUYÊN LIỆU

1 con mực ống (250g), 2,5 muỗng canh xốt Teriyaki, 1 lát chanh, một ít bắp cải trắng thái sợi, bắp cải tím thái sợi, cà rốt thái sợi, 1 lá xà lách xoắn, 1 trái cà chua bi

CHẾ BIẾN

- Mực ống làm sạch ruột, giữ lại lớp da bên ngoài. Nướng chín mực. Cắt mực thành các khoanh tròn đều nhau.

- Quét đều xốt Teriyaki lên mực.

- *Xếp các khoanh mực vào đĩa. Ăn kèm với bắp cải trắng, bắp cải tím, cà rốt, xà lách xoắn và cà chua bi.*
- *Xốt Teriyaki có vị ngọt béo đặc trưng làm cho món mực nướng thơm ngon và hấp dẫn hơn.*

THỊT GÀ NƯỚNG XIÊN

NGUYÊN LIỆU

1 cái đùi gà, 4 lát hành Boaro, 2 lát đậu bắp, 2,5 muỗng canh xốt Teriyaki

CHẾ BIẾN

- Đùi gà rút bỏ xương, cắt thành 6 miếng đều nhau.

- Xiên xen kẻ miếng thịt gà, lát đậu bắp và lát hành Boaro vào que xiên.

- Chuẩn bị lò than và vỉ nướng. Cho các xiên thịt gà lên vỉ nướng. Gà vừa chín tới thì quét xốt Teriyaki thấm đều lên thịt. Nướng đến khi thịt chín vàng và da gà giòn thơm và được.

- Xếp các xiên gà nướng lên đĩa. Dùng ngay khi còn nóng.
- Có thể nướng mề gà, gan gà, cánh gà hoặc lườn gà với cách làm tương tự.

CÁ THU NƯỚNG XỐT MISO

NGUYÊN LIỆU

- 1 miếng cá thu phi lê (150g), 1 lát chanh vàng, 1 cây gừng non, 1 lá chuối nhỏ

- Xốt Miso: 200g bột Miso vàng, 200ml rượu Mirin, 200ml rượu Sake, 100g đường, 3,5 muỗng canh dầu mè, 3,5 muỗng canh mè rang xay, 50g vỏ cam (hoặc vỏ quýt) cắt nhuyễn

CHẾ BIẾN

- Khuấy đều bột Miso, rượu Mirin, rượn Sake, đường, dầu mè, mè rang xay và vỏ cam làm xốt Miso.

- Ướp cá thu phi lê với xốt Miso ít nhất 6 tiếng cho cá thấm đều xốt.

- Cá thu đã ướp cho vào lò nướng chín vàng.

- Đặt cá thu nướng xốt Miso vào đĩa đã có lót lá chuối hoặc lá tre. Ăn kèm với lát chanh và gừng non thái lát.
- Có thể thay cá thu bằng các loại cá thịt trắng như cá cờ, cá chẽm, cá mú…

BÁNH XÈO NHẬT BẢN

NGUYÊN LIỆU
(cho 4 phần ăn)

- 4 con tôm sú, nửa con mực lá, 6-8 lát chả cá xoắn, 60g bạch tuộc, 2 cây thanh cua, 100g bắp cải trắng, 40g giá, 45g hành lá

- 100ml sữa tươi, 100g bột Tempura, 100g bột mì, 1 lòng đỏ trứng gà, 4 muỗng cà phê bột cá hạt Hondashi, 1 muỗng cà phê muối

- 4 muỗng cà phê xốt Tonkatsu, 4 muỗng cà phê xốt Mayonnaise, 1 muỗng cà phê cá bào, 2 muỗng cà phê tương ớt, một ít rong biển thái sợi, gừng thái sợi

một ít dầu ăn vào. Sau đó múc hỗn hợp bột bánh xèo vừa trộn đổ vào chảo. Tráng cho bột thành hình tròn. Chiên vàng giòn hai mặt bánh rồi gắp ra đĩa.

CHẾ BIẾN

- Tôm sú lột vỏ, cắt nhỏ. Mực lá, chả cá xoắn thái sợi. Thanh cua xé sợi. Bắp cải trắng thái sợi. Hành lá cắt nhuyễn.

- Trộn đều tôm sú, mực lá, thanh cua, chả cá xoắn, bắp cải, giá, hành lá (chừa lại một ít) với sữa tươi, bột Tempura, bột mì, lòng đỏ trứng, bột cá và muối thành hỗn hợp bột dẻo sệt.

- Bắc chảo lên bếp, cho

Xếp bánh vào đĩa. Quét xốt Tonkatsu đều lên mặt bánh. Sau đó rưới xốt Mayonnaise và tương ớt lên. Cuối cùng rải đều cá bào và rong biển thái sợi lên mặt bánh. Trang trí thêm hành lá cắt nhuyễn và gừng thái sợi ở giữa bánh.

CÁ NGỪ XỐT MISO

NGUYÊN LIỆU

- 100g cá ngừ phi lê, 1 cây hành lá, một ít rong biển, hành Boaro, mè rang

- 4 muỗng cà phê bột Miso, 2 muỗng cà phê giấm, 2 muỗng cà phê đường, 1 muỗng cà phê rượu Mirin, 1 muỗng cà phê mù tạt vàng, nửa muỗng cà phê dầu mè

CHẾ BIẾN

- Cá ngừ cắt thanh dài, luộc chín bên ngoài rồi cho vào nước đá ngâm lạnh. Sau đó cắt cá ngừ thành miếng vuông.

- Hành lá rửa sạch, luộc sơ rồi cho vào nước đá ngâm lạnh. Hành Boaro thái sợi.

- Cho bột Miso, giấm, đường, rượu Mirin, mù tạt và dầu mè vào một cái nồi. Bắc nồi lên bếp đun trên lửa nhỏ. Khuấy đều tay cho đến khi hỗn hợp sệt lại thì tắt bếp. Đổ hỗn hợp xốt Miso vào chén rồi cho vào nước đá ngâm lạnh.

- *Xếp cá ngừ, hành lá luộc và rong biển vào đĩa. Rưới xốt Miso lạnh lên cá. Rắc thêm một ít mè rang và hành Boaro thái sợi lên để trang trí.*
- *Ăn cá ngừ xốt Miso kèm với salad trộn để tăng thêm hương vị cho món ăn.*

ĐẦU CÁ MÚ KHO TƯƠNG

NGUYÊN LIỆU

- Nửa cái đầu cá mú, 2 miếng đậu hũ vuông, 2-3 lát gừng, 2 tai nấm đông cô tươi

- Một ít cà rốt, củ cải trắng, hành Boaro, hành lá

- 1 lít nước dùng Dashi, 200ml rượu Mirin, 200ml nước tương Nhật, 2 muỗng canh bột cá hạt Hondashi, một ít muối và đường

nấu cho ngọt nước. Sau đó cho nước tương, rượu Mirin, bột cá vào khuấy đều. Cho tiếp nấm đông cô, hành Boaro, hành lá, gừng và đậu hũ vào nồi nấu khoảng 5 phút. Nêm thêm một ít muối cho vừa ăn rồi nấu thêm 15 phút. Khi nước trong nồi sệt lại thì tắt bếp.

- Múc đầu cá mú kho tương ra đĩa.
- Hương vị của rượu Mirin, nước tương Nhật và bột cá làm cho món ăn thêm thơm ngon và lạ miệng. Ăn kèm với cơm trắng.

CHẾ BIẾN

- Cà rốt, củ cải trắng tỉa bông trang trí.

- Cho nước dùng Dashi, một ít đường và đầu cá mú vào nồi. Bắc nồi lên bếp

GÀ OM KIỂU CHIKUZEN

NGUYÊN LIỆU
(cho 3-4 phần ăn)

- 2 cái góc tư đùi gà, 1 củ cà rốt, ½ rễ cây ngưu báng, 100g củ sen, 6 tai nấm đông cô, 2 củ khoai tây

- 2 muỗng cà phê rượu Sake, 2 muỗng cà phê nước tương Nhật, 2,5 muỗng canh rượu Mirin, 3 muỗng cà phê đường, 300ml nước, 3 muỗng cà phê dầu mè

CHẾ BIẾN

- Thịt gà rút bỏ xương, cắt miếng nhỏ.

- Nấm đông cô cắt bỏ gốc, ngâm mềm, cắt đôi.

- Khoai tây, cà rốt, rễ cây ngưu báng, củ sen gọt bỏ vỏ, rửa sạch, cắt miếng vừa ăn.

- Làm nóng chảo trên bếp.

Cho dầu mè, khoai tây, cà rốt, ngưu báng, nấm đông cô, củ sen, thịt gà vào chảo đảo đều. Sau đó cho nước, nước tương, rượu Sake, rượu Mirin và đường vào khuấy đều trên lửa nhỏ khoảng 15 phút. Thường xuyên vớt bỏ bọt trên mặt nước. Khi nước trong nồi sệt lại thì tắt bếp.

- *Múc gà cho vào tô, dùng nóng. Ăn kèm với cơm trắng.*
- *Khi sơ chế củ sen và rễ cây ngưu báng xong phải ngâm trong giấm để giữ được màu sắc tươi ngon và không bị đen.*

MÌ UDON THẬP CẨM

MÌ UDON THẬP CẨM

NGUYÊN LIỆU

- Nửa vắt mì Udon, 1 quả trứng gà, 2 tai nấm đông cô, 2 lát hành Boaro, 2 lát cà rốt, 20g cải thảo, 2 con tôm chiên Tempura, một vài miếng thịt gà, một ít rau tần ô

- 400ml nước dùng Dashi, 5 muỗng cà phê nước tương Nhật, 5 muỗng cà phê rượu Mirin

CHẾ BIẾN

- Nấm đông cô cắt bỏ gốc, rửa sạch. Cải thảo, rau tần ô cà rốt, hành Boaro cắt nhỏ.

- Bắc một cái nồi lên bếp. Đổ nước dùng Dashi, nước tương và rượu Mirin vào nấu sôi rồi tắt bếp.

- Đổ nước dùng vừa nấu vào một cái thố hoặc nồi đất. Bắc thố lên bếp. Cho thịt gà, nấm, cà rốt, hành Boaro vào thố nấu sôi. Nước sôi cho tiếp mì, cải thảo và rau tần ô vào. Vớt bọt trên bề mặt nước. Cuối cùng cho trứng gà và tôm chiên Tempura vào khi nước trong thố thật sôi.

- Bắc thố xuống bếp, dùng ngay khi còn nóng. Có thể cho thêm vài lát chả cá xoắn vào nấu chung nếu thích.

- Mì Udon được làm từ bột lúa mì, sợi dày và dai, nở ra khi nấu giống như mì Ý. Loại mì này thường được chế biến thành món nóng cùng với nước dùng Dashi hoặc làm món ăn lạnh vào mùa hè.

CƠM HỘP BENTO 5 MÓN

Ngăn 1: Sashimi (món sống)

Nguyên liệu:
- 2 lát cá hồi, 2 lát cá ngừ, 2 lát bạch tuộc, 1 lá tía tô, 2 muỗng cà phê mù tạt, 1 ít củ cải sợi

Chế biến:
- Xếp củ cải sợi và lá tía tô vào một ngăn cơm. Sau đó cho cá hồi, cá ngừ, bạch tuộc lên trên. Ăn kèm với mù tạt xanh.

Ngăn 2: Cá nướng

Nguyên liệu:
- 1 miếng cá hồi phi lê (120g), 1 muỗng cà phê muối, 1 lát chanh, 1 cây gừng non, 2 muỗng cà phê củ cải mài

Chế biến:
- Rắc muối đều lên miếng cá hồi phi lê. Cho cá vào lò nướng chín vàng.
- Xếp cá vào một ngăn cơm.

Ăn kèm với gừng non thái lát và củ cải mài nhuyễn.

Ngăn 3: Cơm trắng

Nguyên liệu:
- 1-2 chén cơm trắng, 1 muỗng cà phê mè đen

Chế biến:
- Múc cơm trắng cho vào một ngăn cơm. Rắc mè đen vào giữa cơm.

Ngăn 4: Món chiên Tempura

Nguyên liệu:
- 2 con tôm sú, 1 lát khoai lang (20g), 1 cây thanh cua, một ít rau tần ô, 200g bột Tempura, 300ml nước lạnh, ⅓ lòng đỏ trứng gà, bột mì

Chế biến:
- Tôm sú lột vỏ, chừa đuôi. Rau tần ô cắt bỏ gốc, rửa sạch.

- Pha bột Tempura với lòng đỏ trứng gà và nước lạnh thành hỗn hợp bột sệt. Cho hỗn hợp bột vào ngăn mát tủ lạnh.
- Bắc chảo lên bếp. Cho dầu ăn vào đun nóng đến 165ºC. Lấy hỗn hợp bột Tempura đã trộn ra khỏi tủ lạnh.
- Nhúng lần lượt tôm, khoai lang, thanh cua và rau tần ô qua một lớp bột mì, một lớp bột Tempura rồi thả vào chảo dầu nóng. Chiên đến khi tôm, khoai lang và rau tần ô vàng giòn thì vớt ra để ráo dầu.
- Xếp các món chiên vào một ngăn cơm có lót sẵn giấy thấm dầu phía dưới.

Ngăn 5: Củ cải vàng

- Xếp 3 lát củ cải vàng vào ngăn nhỏ của hộp cơm.
- Có thể thay thế củ cải vàng bằng kim chi hoặc các loại đồ chua để hộp cơm phong phú hơn.

- Bento là cơm hộp có nhiều ngăn để đựng riêng từng món cơm, thịt, cá, rau xanh và xúp. Hộp cơm Bento rất đa dạng với nhiều món khác nhau, được trình bày đẹp mắt, màu sắc sống động, thể hiện gu thẩm mỹ và nét tinh tế của người Nhật.

- Có thể lựa chọn và thay thế món ăn trong các ngăn Bento tùy theo sở thích.

MÌ XÀO THỊT HEO

NGUYÊN LIỆU

- 1 vắt mì Ramen (hoặc Udon), vài lát thịt heo, 4 lát hành tây, 4 lát cà rốt, 3 tai nấm đông cô, 3 tép tỏi

- 2 muỗng cà phê xốt Tonkatsu, 2 muỗng cà phê đường, 2 muỗng cà phê dầu ăn, 2 muỗng cà phê dầu mè

- Một ít bắp cải trắng, lá rong biển cắt nhuyễn, cá bào cắt nhuyễn, giá

CHẾ BIẾN

- Mì Ramen trụng sơ qua nước sôi rồi vớt ra rổ để ráo.

- Nấm đông cô, bắp cải trắng cắt bỏ gốc, rửa sạch, thái lát.

- Giá lặt bỏ gốc. Tỏi lột vỏ, băm nhuyễn.

- Bắc chảo lên bếp. Chảo nóng đổ dầu ăn và tỏi vào phi thơm. Cho thịt heo vào xào chín trước. Sau đó cho nấm đông cô, bắp cải trắng, giá, hành tây, cà rốt vào chảo đảo đều. Khi rau củ vừa chín thì cho tiếp mì vào. Tiếp theo cho xốt Tonkatsu và đường vào chảo, xào đều tay cho xốt thấm vào rau củ và mì. Cuối cùng rưới dầu mè lên mì trước khi tắt bếp.

Múc mì xào hải sản vào đĩa. Cho một ít lá rong biển và cá bào cắt nhuyễn lên trên mì.

MÌ UDON TEMPURA

NGUYÊN LIỆU

- 1 vắt mì Udon, 2 con tôm sú, 5 lát cà rốt, 2 lát khoai lang, 1 miếng đậu hũ non, 2 tai nấm đông cô, một ít rau tần ô

- 1 muỗng cà phê bột cá hạt Hondashi, 3,5 muỗng canh bột Tempura, 5 muỗng cà phê rượu Mirin, 1 muỗng cà phê nước tương Nhật, 400ml nước dùng Dashi, dầu ăn

CHẾ BIẾN

- Mì Udon trụng sơ qua nước sôi rồi vớt ra để ráo.

- Tôm lột vỏ, bỏ đầu, chừa đuôi. Nấm đông cô, rau tần ô cắt bỏ gốc, rửa sạch.

- Khuấy đều bột Tempura với 200ml nước thành hỗn hợp bột đặc sệt.

- Đun nóng dầu ăn trên chảo. Nhúng tôm và khoai lang, cà rốt vào hỗn hợp bột Tempura rồi thả vào chảo dầu nóng chiên vàng giòn. Sau đó vớt tôm và rau củ ra rổ để ráo dầu.

- Bắc một cái nồi lên bếp. Cho nước dùng Dashi, nước tương, rượu Mirin vào nồi nấu sôi. Nước dùng sôi thì nêm bột cá hạt vào. Tiếp theo cho đậu hũ non, nấm đông cô và rau tần ô vào nồi. Chờ nước dùng sôi lại lần nữa thì tắt bếp.

- Cho mì Udon vào tô. Đổ nước dùng vừa nấu vào tô mì. Ăn mì kèm với đĩa tôm và rau củ chiên.

- Các món Tempura chiên giòn kết hợp với mì Udon dai mềm và nước dùng đậm đà tạo nên hương vị khác biệt và hấp dẫn cho món mì.

MÌ CÀ RI NHẬT VỚI THỊT GÀ

NGUYÊN LIỆU

- 1 vắt mì Udon, 120g thịt đùi gà, 3-4 lát hành tây, 2 lát chả cá xoắn, 1 cây hành lá, một ít rong biển thái sợi và gừng đỏ

- 1 viên cà ri Java Curry, 500ml nước dùng Dashi, 2 muỗng cà phê bột năng, 1 muỗng cà phê bột cá hạt Hondashi, nửa muỗng cà phê muối, nửa muỗng cà phê đường, tiêu

- Cho mì Udon đã trụng mềm vào tô. Rưới nước xốt cà ri lên trên. Rắc thêm một ít hành lá cắt nhỏ và rong biển thái sợi lên mì. Ăn kèm mì với với một ít gừng đỏ để tăng thêm hương vị.

- Cà ri Nhật có hương vị thơm ngon đặc trưng, không quá nồng như cà ri Ấn Độ hoặc quá cay như cà ri Thái.

CHẾ BIẾN

- Mì Udon trụng sơ qua nước sôi cho mềm rồi vớt ra để ráo. Thịt đùi gà cắt miếng nhỏ vừa ăn. Hành lá cắt nhỏ.

- Bắc một cái nồi lên bếp. Cho dầu ăn, thịt gà, hành tây và chả cá xoắn vào xào vàng thơm. Đổ nước dùng Dashi vào nồi nấu khoảng 2 phút. Sau đó cho viên cà ri vào khuấy tan. Nêm thêm bột cá, muối, đường và tiêu vào nồi cà ri cho vừa ăn.

- Pha bột năng với một ít nước rồi đổ vào nồi cà ri khuấy đều. Nước xốt cà ri sệt lại thì tắt bếp.

MÌ RAMEN KIM CHI HẢI SẢN

NGUYÊN LIỆU

- 1 vắt mì Ramen, 2 con tôm sú, 2 lát chả cá xoắn, ½ trứng gà luộc, 120g kim chi cải thảo, 2 tai nấm đông cô, 1,5 trái tắc, một ít nấm kim chi, rau tần ô và hành lá

- 500ml nước dùng Dashi, 3,5 muỗng canh nước cốt kim chi, 5 muỗng cà phê nước tương Nhật, 2 muỗng canh rượu Mirin, 1 muỗng cà phê bột cá hạt Hondashi, 2 muỗng canh đường, 1 muỗng cà phê mè trắng rang

- Cho mì Ramen vào tô. Múc nước dùng, tôm, nấm, chả cá và kim chi đổ vào tô mì. Đặt nửa trứng gà, rắc mè rang và một ít hành lá cắt nhỏ lên trên mì.

- Mì Ramen là loại mì sợi nhỏ, có thể để ở dạng mì tươi lẫn mì khô đóng gói.

CHẾ BIẾN

- Mì Ramen luộc sơ qua nước sôi rồi vớt ra để ráo. Nấm đông cô, rau tần ô cắt bỏ gốc. Tắc vắt lấy nước cốt. Hành lá cắt nhỏ.

- Pha nước dùng Dashi, nước cốt kim chi, nước cốt tắc, nước tương Nhật, rượu Mirin, bột cá và đường làm nước dùng kim chi. Đổ nước dùng vào nồi.

- Đun sôi nồi nước dùng trên bếp. Nước sôi cho tôm sú, chả cá xoắn, kim chi cải thảo, nấm đông cô, nấm kim chi và rau tần ô vào nấu chín rồi tắt bếp.

MÌ SOMEN LẠNH

NGUYÊN LIỆU

- 100g mì Somen, 2 cây thanh cua, nửa củ cải trắng, nửa củ gừng, 1 cây hành lá, một ít lá rong biển cắt nhuyễn

- 100ml nước, 2 muỗng cà phê nước tương Nhật, 2 muỗng cà phê rượu Mirin, nửa muỗng cà phê bột cá hạt Hondashi

cho bột cá hạt vào khuấy đều rồi tắt bếp. Đổ nước chấm ra chén, cho vào ngăn mát tủ lạnh.

- Khi nước chấm đã lạnh thì lấy ra ngoài. Cho gừng, củ cải, hành lá đã cắt nhuyễn vào nước chấm.

- Vớt mì lạnh ra cho vào đĩa hoặc chén. Cho thanh cua xé sợi và rong biển cắt nhuyễn lên trên mì. Dùng mì khi còn lạnh.

- Mì Somen làm từ bột mì, sợi mỏng, màu trắng, được bày trong những chiếc bát thủy tinh, ăn kèm với nước chấm và các loại thịt, rau củ. Đây là một món ăn mùa hè rất được ưa chuộng ở Nhật Bản.

CHẾ BIẾN

- Củ cải trắng, củ gừng gọt bỏ vỏ, mài nhuyễn. Hành lá rửa sạch, cắt nhuyễn. Thanh cua xé sợi.

- Luộc mì Somen trong nước sôi khoảng 2 phút rồi vớt ra, rửa qua nước lạnh. Sau đó ngâm mì trong nước đá cho lạnh.

- Cho nước, nước tương, rượu Mirin vào nồi. Bắc nồi lên bếp nấu sôi. Nước sôi

MÌ SOBA

NGUYÊN LIỆU

- 80g mì Soba, 1 quả trứng cút, 1 muỗng cà phê củ cải mài nhuyễn, 1 muỗng cà phê gừng mài, 1 muỗng cà phê hành lá cắt nhuyễn, 2 muỗng cà phê mù tạt xanh, một ít lá rong biển thái sợi và bột mì

- 800ml nước dùng Dashi, 100ml rượu Mirin, 100ml nước tương Nhật, 1 muỗng cà phê bột cá hạt Hondashi, 1 muỗng cà phê đường

CHẾ BIẾN

- Mì Soba luộc khoảng 7 phút cho mềm rồi vớt ra ngâm nước đá lạnh.

- Trứng cút luộc chín, bóc vỏ, lăn qua bột mì rồi cho chảo chiên vàng.

- Cho củ cải mài nhuyễn, gừng mài, hành lá cắt nhuyễn và mù tạt xanh vào chén riêng.

- Khuấy đều nước dùng Dashi, rượu Mirin, nước tương Nhật, bột cá và đường thành nước chấm mì. Cho nước chấm vào tủ mát để lạnh.

- Mì Soba sau khi đã ngâm lạnh thì vớt ra, cho vào đĩa đã có sẵn một ít đá viên. Cho lá rong biển thái sợi và trứng cút chiên lên trên mì.
- Ăn kèm mì với nước chấm. Khi ăn không cho nước chấm trực tiếp lên mì. Chấm mì và các nguyên liệu vào nước chấm thì hương vị sẽ ngon và đậm đà hơn.

MÌ RAMEN LẠNH

MÌ RAMEN LẠNH

NGUYÊN LIỆU

- 1 vắt mì Ramen, nửa trái cà chua, ⅓ trái dưa leo, 1 quả trứng gà, 30g thịt giăm bông thái sợi, 2 cây thanh cua, 4-5 lát chả cá xoắn, một ít rong biển thái sợi

- 200ml giấm, 2,5 muỗng canh dầu mè, 400ml nước tương Nhật, 200g đường, 400ml nước dùng Dashi, 1 muỗng cà phê bột cá hạt Hondashi, 1 muỗng cà phê mù tạt vàng, nửa muỗng cà phê mè rang

CHÉ BIẾN

- Dưa leo, chả cá xoắn thái sợi. Cà chua cắt múi nhỏ. Thanh cua xé sợi.

- Trứng gà tách ra chén, đánh tan, chiên chín rồi thái sợi.

- Mì Ramen luộc khoảng 2 phút cho chín. Sau đó vớt mì ra rửa sơ rồi cho vào thau nước đá ngâm lạnh.

- Khuấy đều giấm, dầu mè, nước tương, đường, nước dùng Dashi và bột cá thành nước xốt mì.

- Mì Ramen sau khi đã ngâm lạnh thì vớt ra cho vào đĩa. Xếp cà chua, dưa leo, thịt giăm bông, thanh cua, chả cá xoắn, rong biển xen kẽ màu sắc xung quanh mì. Cuối cùng cho trứng chiên, mè rang và rưới mù tạt lên mì.
- Ăn kèm với nước xốt mì.

LẨU HẢI SẢN

NGUYÊN LIỆU
(cho 4 phần ăn)

- Hải sải: nửa cái đầu cá mú, 1 con mực ống, 6 con tôm sú, 8 con nghêu, 200g hải sâm khô, 6 lát chả cá xoắn Nhật, 4 con hàu sống

- Rau củ: 200g cải thảo, 100g rau tần ô, nửa củ cà rốt, 100g nấm kim châm, 50g nấm linh chi, 50g nấm đông cô, 2 cây hành lá, nửa cây hành Boaro, nửa củ hành tây, ⅓ hộp đậu hũ mềm

- 1 vắt mì Udon,1,6 lít nước dùng Dashi, 100ml rượu Mirin, 100ml nước tương Nhật, 3,5 muỗng canh bột cá hạt Hondashi, 2 muỗng canh muối, 2 muỗng cà phê đường, 1 miếng phổ tai, một ít xốt nho khô

CHẾ BIẾN

- Đầu cá mú chặt khúc vừa ăn. Mực ống làm sạch, cắt khoanh tròn. Tôm sú lột vỏ, bỏ đầu, chừa đuôi. Nghêu ngâm nước muối cho ra hết đất cát. Hàu làm sạch, tách vỏ. Hải sâm khô ngâm nước sôi trước 10-12 tiếng cho nở mềm rồi xả lại nước sạch, cắt miếng vừa ăn.

- Nấm đông cô, nấm kim châm, nấm linh chi cắt bỏ gốc, rửa sạch. Hành tây lột vỏ, cắt múi. Hành lá, hành Paro, rau tần ô, cải thảo rửa sạch, cắt nhỏ. Đậu hũ cắt miếng vừa ăn. Cà rốt gọt vỏ, thái lát.

- Mì Udon trụng sơ qua nước sôi rồi vớt ra để ráo. Phổ tai rửa sạch, ngâm nước cho nở mềm rồi cắt nhỏ.

- Bắc một cái nồi lên bếp. Cho nước dùng, rượu Mirin, nước tương, bột cá, muối, đường và phổ tai vào nồi khuấy đều thành nước lẩu. Nước lẩu sôi thì tắt bếp.

- Xếp các loại hải sản, rau củ đã sơ chế và mì Udon vào 3 đĩa riêng. Làm nóng nồi nước dùng lẩu rồi cho hải sản, rau củ và mì vào nấu sôi lại trước khi dùng. Ăn kèm lẩu với xốt nho khô.

- Món lẩu có hương vị đậm đà của gia vị và vị cay thơm của xốt nho khô.

LẨU HÀU
VÀ ĐẦU CÁ HỒI

NGUYÊN LIỆU
(cho 4 phần ăn)

- 1 vắt mì Udon, 2 con tôm càng, 100g hải sâm khô, 100g gân nai khô, 4 con hàu, nửa cái đầu cá hồi, 8 con nghêu, 100g mực ống, 6 lát chả cá xoắn, 80g thịt bò

- 200g cải thảo, 100g cải thìa, 100g rau tần ô, 2 tai nấm đông cô, 50g nấm linh chi, 50g nấm kim châm, 1 cây hành lá, nửa củ hành tây, ½ hộp đậu hũ mềm

- 1,5 lít nước dùng Dashi, 300g bột Miso, 300ml rượu Mirin, 3,5 muỗng canh bột cá hạt Hondashi, 3,5 muỗng canh bơ lạt, 100ml kem tươi Whipping Cream , 3,5 muỗng canh đường

- Một ít hành Boaro, cà rốt, xốt nho khô, xốt cốt chanh, ớt bột

CHẾ BIẾN

- Hải sâm khô ngâm nước sôi trước 10-12 tiếng cho nở mềm rồi xả lại nước sạch, cắt miếng vừa ăn. Gân nai khô chiên phồng với dầu sôi rồi cho vào nước sôi ngâm khoảng 12 tiếng cho mềm. Sau đó vớt gân nai ra, xả lại nước sạch rồi cắt miếng vừa ăn.

- Tôm càng chọn mua tôm tươi sống, rút bỏ chỉ đen, cắt làm đôi theo chiều dọc. Đầu cá hồi chặt khúc vừa ăn. Mực ống làm sạch, cắt khoanh tròn. Nghêu ngâm nước muối cho ra hết đất cát. Hàu làm sạch, tách vỏ. Thịt bò thái mỏng.

- Nấm đông cô, nấm kim châm, nấm linh chi, cải thìa cắt bỏ gốc, rửa sạch. Hành tây lột vỏ, cắt múi. Hành lá, hành Boaro, rau tần ô, cải thảo rửa sạch, cắt nhỏ. Đậu hũ cắt miếng vừa ăn. Cà rốt gọt vỏ, thái lát.

- Mì Udon trụng sơ qua nước sôi rồi vớt ra để ráo.

- Khuấy đều nước dùng Dashi, bột Miso, rượu Mirin, bột cá, bơ lạt, kem tươi và đường làm nước dùng lẩu.

Xếp hải sản và thịt, rau củ, mì vào 3 đĩa riêng. Đổ nước dùng vào nồi lẩu. Cho hải sản, thịt, rau củ và mì vào nấu sôi lại trước khi dùng. Ăn kèm lẩu với xốt nho khô, xốt cốt chanh và một ít ớt bột.

LẨU KIM CHI

NGUYÊN LIỆU
(cho 4 phần ăn)

- 6 con tôm sú, 1 con mực ống, 6 lát chả cá xoắn, 8 con nghêu, nửa cái đầu cá hồi, 100g thịt bò, 1 con cua (hoặc ghẹ)

- 200g cải thảo, 100g rau tần ô, nửa củ hành tây, 50g hành Boaro, ⅓ hộp đậu hũ mềm, 50g nấm đông cô tươi, 50g nấm linh chi, 50g nấm kim châm, 50g cà rốt, 50g hành lá

- 1 vắt mì Ramen, 1,2 lít nước dùng Dashi, 75ml rượu Mirin, 75ml nước tương Nhật, 100g kim chi hộp, 2 muỗng canh nước kim chi, 2 muỗng canh nước cốt tắc, 5 muỗng canh đường, 2 muỗng canh muối, 2 muỗng canh bột cá hạt Hondashi, xốt nho khô

CHẾ BIẾN

- Đầu cá hồi chặt khúc vừa ăn. Mực ống làm sạch, cắt khoanh tròn. Tôm sú lột vỏ, bỏ đầu, chừa đuôi. Nghêu ngâm nước muối cho ra hết đất cát. Thịt bò thái lát. Cua rửa sạch, chặt làm bốn phần bằng nhau.

- Nấm đông cô, nấm kim châm, nấm linh chi cắt bỏ gốc, rửa sạch. Hành tây lột vỏ, cắt múi. Hành lá, hành Boaro, rau tần ô, cải thảo rửa sạch,

cắt nhỏ. Đậu hũ cắt miếng vừa ăn. Cà rốt gọt vỏ, thái lát.

- Mì Ramen trụng sơ qua nước sôi rồi vớt ra để ráo.

- Cho kim chi hộp, nước kim chi, nước cốt tắc, nước dùng, rượu Mirin, nước tương, bột cá, muối và đường vào một cái nồi. Bắc nồi nước dùng lên bếp khuấy đều, nêm nếm vừa ăn, nấu sôi rồi tắt bếp.

Xếp thịt và hải sản, rau củ và mì Ramen vào 3 đĩa riêng. Làm nóng nồi nước dùng lẩu rồi cho hải sản, thịt, rau củ và mì vào nấu sôi lại trước khi dùng. Ăn kèm lẩu với xốt nho khô.

BÁNH TIRAMISU TRÀ XANH

NGUYÊN LIỆU
(cho 30-40 bánh)

3 muỗng canh bột mì, 3 muỗng canh sữa tươi, 2 muỗng canh sữa tươi không đường, 2 quả trứng gà, 5 muỗng canh đường, 2 muỗng canh dầu ăn, 2 muỗng cà phê bột bắp, 3 muỗng cà phê bột trà xanh, 1 muỗng cà phê nước cốt chanh, 1 muỗng cà phê mật ong, một ít muối

CHẾ BIẾN

- Làm nóng lò nướng ở nhiệt độ 175°C.

- Trứng gà tách lấy lòng đỏ và lòng trắng để riêng.

- Cho lòng đỏ trứng gà và đường (chừa lại 1 muỗng cà phê) vào tô lớn đánh tan. Cho tiếp dầu ăn và sữa tươi vào tô khuấy đều. Rây bột mì, bột bắp và 1 muỗng cà phê bột trà xanh vào hỗn hợp trứng sữa. Khuấy nhẹ theo một chiều đến khi các nguyên liệu hòa quyện với nhau.

- Đánh bông lòng trắng trứng gà với một ít muối và nước cốt chanh.

- Cho ⅓ lòng trắng trứng đã đánh bông vào hỗn hợp bột trứng rồi khuấy đều.

- Đổ hỗn hợp bột vào khuôn nướng vuông. Cho khuôn bánh vào lò nướng khoảng 12-15 phút cho chín vàng. Sau đó lấy bánh ra khỏi lò, để cho bớt nóng. Dùng dao sạch tách bánh ra khỏi khuôn. Cắt bánh thành những miếng hình tam giác bằng nhau.

- Cho 1 muỗng cà phê bột trà xanh vào ⅔ lòng trắng trứng đánh bông còn lại. Dùng máy đánh trứng đánh đều hỗn hợp bột trứng ở tốc độ thấp

khoảng 60-90 giây cho mịn. Cho thêm 1 muỗng cà phê đường vào, đánh tiếp ở tốc độ vừa cho đến khi kem trà xanh đông đặc là được. Cho kem trà xanh vào ngăn mát tủ lạnh 20-30 phút.

- Đổ sữa tươi không đường và mật ong vào một cái nồi, bắc lên bếp đun nóng một vài phút. Khi hỗn hợp tan đều thì tắt bếp.

- *Xếp một miếng bánh trà xanh lên đĩa. Lần lượt quết một lớp sữa mật ong, một lớp kem trà xanh lên miếng bánh. Thực hiện tương tự 2 lần như trên để có chiếc bánh Tiramisu trà xanh 3 lớp. Rắc một lớp bột trà xanh lên trên cùng.*

- *Để bánh trong tủ lạnh 4-6 tiếng trước khi ăn.*

BÁNH GẠO MOCHI

BÁNH GẠO MOCHI

NGUYÊN LIỆU
(cho 30-40 bánh)

900g đậu đỏ, 130g đường, 110g bột gạo ngọt Mochiko, 100g bột khoai tây, 180ml nước, 3,5 muỗng canh mật ong, một ít bột mì

CHẾ BIẾN

- Ngâm đậu đỏ với nước, để qua đêm. Sau đó vớt đậu đỏ ra, xả qua nước sạch, cho vào một cái nồi. Đổ một lượng nước vừa đủ ngập mặt đậu. Bắc nồi đậu lên bếp nấu khoảng 30-45 phút cho đậu chín nhừ rồi tắt bếp.

- Rây đậu đỏ đã chín mềm cho nhuyễn, mịn. Trộn đều đậu với 100g đường và mật ong thành nhân đậu đỏ.

- Vo phần nhân đậu đỏ thành các viên nhỏ (khoảng 30g/viên).

- Trộn đều bột Mochiko và 180ml nước trong tô. Tiếp theo cho 30g đường còn lại vào hỗn hợp bột

khuấy tan.

- Đổ hỗn hợp bột vào túi nilon. Cột kín đầu túi rồi đem hấp khoảng 20 phút. Sau đó lấy bột hấp ra, chờ bớt nóng rồi nhồi thành khối mịn. Trong lúc nhồi dùng bột khoai tây làm bột áo để bột không dính tay.

- Rải bột mì lên bàn kính hoặc bàn bàn đá và cây cán bột. Cho khối bột lên bàn, cán mỏng rồi cắt thành miếng tròn nhỏ.

- Cho 1 viên nhân đậu đỏ vào giữa miếng bột rồi gói kín lại, vo tròn. Thực hiện tương tự cho hết phần bột và phần nhân.

- Đặt bánh Mochi nhân đậu đỏ ra đĩa. Dùng kèm với trà nóng.
- Bánh Mochi là loại bánh giầy nhân ngọt giống bánh giầy Việt Nam. Bánh có nhiều màu sắc, ngoài nhân đậu đỏ còn có nhân đậu xanh, dừa, trà xanh, kem…Người Nhật tin rằng ăn bánh Mochi vào những ngày Tết sẽ đem một năm may mắn và dồi dào sức khỏe.

BÁNH ĐẬU ĐỎ DORAYAKI

NGUYÊN LIỆU
(cho 20-25 bánh)

750g đậu đỏ, 2 quả trứng gà, 80ml sữa tươi không đường, 90g bột mì số 8, 115g đường, 3,5 muỗng canh mật ong, nửa muỗng cà phê vani, nửa muỗng cà phê bột nở, 2 muỗng cà phê dầu ăn, ⅛ muỗng cà phê bột Cream of tartar, một ít bơ

CHẾ BIẾN

- Ngâm đậu đỏ với nước qua đêm. Sau đó luộc đậu khoảng 30-45 phút cho chín nhừ.
- Rây đậu đỏ đã chín mềm cho nhuyễn, mịn. Trộn đều đậu với 80g đường và 2,5 muỗng canh mật ong thành nhân đậu đỏ.
- Trứng gà tách lấy 1 lòng trắng để riêng. Cho 2 lòng đỏ và 1 lòng trắng trứng gà còn lại vào tô lớn. Cho tiếp 1 muỗng canh mật ong còn lại, sữa tươi không đường, vani, dầu ăn vào tô trứng. Khuấy đều hỗn hợp trứng sữa.
- Rây lần lượt 3 muỗng cà phê đường, bột mì và bột nở vào tô trứng sữa. Khuấy đều tay cho đến khi hỗn hợp bột mịn và hòa quyện với nhau.

- Cho 4 muỗng cà phê đường và bột Cream of tatar vào lòng trắng trứng. Bật máy đánh lòng trắng trứng ở tốc độ chậm rồi tăng dần sang tốc độ cao. Đánh đến khi lòng trắng trứng bông mềm thì giảm xuống tốc độ vừa. Đánh thêm 1-2 phút cho lòng trắng trứng gần bông cứng lại là được.
- Chia lòng trắng trứng thành 3 phần. Cho lần lượt từng phần vào hỗn hợp bột trứng. Trộn nhẹ tay cho các nguyên liệu hòa quyện với nhau thành bột bánh Dorayaki.
- Bắc chảo không dính lên bếp, để lửa nhỏ. Quét một lớp bơ mỏng vào chảo. Múc một muỗng bột bánh Dorayki đổ vào giữa chảo. Để bột tự loang ra thành hình tròn. Khi chạm vào rìa bánh thấy khô, không bị dính thì trở bánh. Chiên thêm 30-40 giây cho chín mặt còn lại. Thực hiện tương tự cho hết phần bột bánh.
- Quết một ít đậu đỏ vào giữa 2 cái bánh rán. Làm tương tự cho hết phần nhân đậu đỏ và phần bánh rán.

- *Cho bánh rán vào đĩa. Có thể gia giảm lượng đường làm nhân đậu đỏ cho phù hợp với khẩu vị. Dùng kèm với trà xanh để tạo nên vị ngọt thanh khi ăn bánh. Làm mới món bánh bằng các loại nhân khác như chocolate, trà xanh, mứt dâu, bơ sữa…*
- *Bánh rán Dorayaki là món bánh nổi tiếng của xứ sở Hoa anh đào. Nó gắn liền với tuổi thơ của hầu hết các bạn nhỏ Việt Nam qua hình ảnh chú mèo máy Doreamon trong bộ truyện tranh Nhật Bản cùng tên.*

BÁNH SU NHÂN ĐẬU ĐỎ

NGUYÊN LIỆU
(cho 30 bánh)

1kg đậu đỏ, 2 quả trứng gà, 120ml sữa tươi, 90g bột năng, 2 muỗng cà phê bột gạo, 2 muỗng cà phê bột mì, 55g bơ thực vật, 105g đường, 2,5 muỗng canh mật ong

CHẾ BIẾN

- Ngâm đậu đỏ với nước qua đêm. Sau đó luộc đậu khoảng 45 phút cho chín nhừ.

- Rây đậu đỏ đã chín mềm cho nhuyễn, mịn. Trộn đều đậu với 100g đường và mật ong thành nhân đậu đỏ.

- Trộn đều bột năng, bột gạo, bột mì trong một cái tô lớn.

- Cho sữa tươi, bơ và 1 muỗng cà phê đường vào một cái nồi khuấy đều. Bắc nồi sữa lên bếp đun nóng. Sữa vừa sôi thì tắt bếp.

- Đổ sữa nóng vào tô hỗn hợp bột, khuấy đều các nguyên liệu với nhau. Bật máy đánh trứng ở tốc độ chậm rồi chuyển sang tốc độ vừa đánh cho hỗn hợp sữa bột dẻo mịn thì ngưng.

- Đập lần lượt từng trứng gà vào bột. Để máy đánh trứng ở tốc độ chậm đánh cho trứng hòa quyện, hỗn hợp bột mịn và đặc là được.

- Đổ hỗn hợp bột vừa trộn vào túi bắt bông kem. Cắt một góc nhỏ ở đầu túi. Nặn bột thành các hình tròn nhỏ cách đều nhau trên khay đã lót sẵn giấy nướng.

- Cho khay bánh vào lò nướng ở nhiệt độ 220ºC trong 10 phút. Khi bánh hơi phồng lên thì hạ nhiệt độ xuống 170ºC-180ºC để bánh không bị cháy mặt ngoài. Nướng đến khi bánh chín vàng là được.

- Để bánh nguội rồi cắt bánh ra. Múc một ít nhận đậu đỏ cho vào giữa bánh. Thực hiện tương tự cho hết phần bánh và phần nhân.

Xếp bánh su kem nhân đậu đỏ vào đĩa. Rắc thêm một ít đường bột lên trên bánh để trang trí.

YOGURT TRÀ XANH

NGUYÊN LIỆU
(cho 20-25 ly)

4 muỗng cà phê bột trà xanh, 2 lon sữa đặc, 1 bịch sữa tươi không đường, 4 hũ sữa chua không đường

sữa tươi không đường và 1 lon nước lạnh vào nồi. Bắc nồi sữa trở lại lên bếp đun tiếp trên lửa nhỏ. Khuấy nhẹ hỗn hợp sữa theo một chiều cho đến khi hỗn hợp hơi sệt lại thì tắt bếp.

- Đánh tan bột trà xanh với 4 muỗng cà phê nước nóng. Sau đó cho vào hỗn hợp sữa khuấy đều.

- Dùng một miếng vải thưa đậy lên nồi sữa, để nguội hỗn hợp từ 8-10 tiếng.

- Đổ hỗn hợp sữa đã để nguội vào hũ hoặc ly, đậy kín nắp. Đặt các ly yogurt vào ngăn mát tủ lạnh, để khoảng 5 tiếng là có thể dùng được.

Lấy ly yogurt trà xanh ra dùng lạnh. Ăn kèm với jelly (rau cau dẻo) trà xanh thái hạt lựu để món yogurt thơm ngon hơn. Điều chỉnh lượng bột trà xanh để món yogurt có hương vị nhẹ hoặc nồng hơn tùy theo sở thích.

CHẾ BIẾN

- Đổ 2 lon sữa đặc và 2 lon nước nóng (dùng lon sữa đặc để đong nước) vào một cái nồi. Bắc nồi lên bếp khuấy đều trên lửa nhỏ cho sữa chín và hòa tan với nước. Sau đó tắt bếp, nhấc nồi sữa xuống, để nguội.

- Khi sữa đã nguội hẳn thì cho

KEM TRÀ XANH NHẬT

NGUYÊN LIỆU
(cho 8 viên)

100ml kem tươi Whipping Cream, 80-100ml sữa tươi, 2 lòng đỏ trứng gà, 6 muỗng cà phê đường, 2 muỗng cà phê bột trà xanh

CHẾ BIẾN

- Đánh đều kem tươi cho đến khi kem đặc lại.

- Đổ sữa tươi vào nồi, bắc lên bếp đun nóng. Sữa vừa sôi thì tắt bếp. Nhắc nồi sữa xuống để nguội. Vớt bỏ váng sữa.

- Cho đường và bột trà xanh vào một cái tô trộn đều. Đổ sữa tươi để nguội vào tô hỗn hợp bột đường. Cho tiếp phần kem tươi đã đánh vào tô rồi trộn đều tất cả nguyên liệu với nhau.

- Cho hỗn hợp vào ngăn đông tủ lạnh. Khi hỗn hợp bắt đầu đặc lại thì lấy ra trộn đều. Thực hiện tương tự thêm một lần cho hỗn hợp trứng sữa thành kem.

Múc kem trà xanh ra ly. Trang trí thêm lá bạc hà lên trên.

KEM MÈ RANG

NGUYÊN LIỆU
(cho 10 viên)

100g mè trắng rang, 250ml sữa tươi không đường, 300ml kem tươi Whipping Cream, 4-5 lòng đỏ trứng gà, 120g đường, nửa muỗng cà phê muối

sệt lại. Đổ kem tươi vào nồi trứng sữa còn ấm rồi trộn cho các nguyên liệu hòa quyện với nhau.

- Xay mè rang với 50ml nước thành hỗn hợp nước mè nhuyễn, sệt. Đổ nước mè vào nồi trứng sữa đánh đều thành hỗn hợp kem mè rang.

- Chuẩn bị một cái thau đựng sẵn đá viên. Để nồi trứng sữa lên thau đá cho lạnh. Sau đó dùng máy đánh trứng đánh cho hỗn hợp đặc lại.

- Đổ hỗn hợp trứng sữa vào hộp, ủ khoảng 5 tiếng trong tủ đông. Khi hỗn hợp đặc lại thì lấy ra trộn đều rồi cho vào lại tủ đông. Thực hiện tương tự thêm một lần cho hỗn hợp trứng sữa thành kem.

CHẾ BIẾN

- Cho lòng đỏ trứng gà, đường và muối vào một cái tô lớn đánh đều cho trứng gà tan hết, hỗn hợp hơi có bọt là được.

- Bắc một cái nồi lên bếp, cho sữa tươi vào đun sôi trên lửa liu riu. Sau đó cho hỗn hợp trứng đường vào khuấy đều. Hỗn hợp hơi sệt lại thì tắt bếp. Nhấc nồi sữa xuống, để cho bớt nóng.

- Bật máy đánh trứng ở chế độ thấp, đánh cho kem tươi

Múc kèm mè rang cho vào ly hoặc chén. Rắc một ít mè đen lên kem để trang trí.

MỘT SỐ ĐỊA CHỈ MUA NGUYÊN LIỆU MÓN NHẬT TẠI THÀNH PHỐ HỒ CHÍ MINH

Món ăn Nhật hiện nay khá quen thuộc và phổ biến ở Việt Nam. Vì vậy việc tìm mua các nguyên liệu để chế biến món Nhật cũng không quá khó. Tôi xin giới thiệu cho bạn đọc một số địa chỉ có bán nguyên liệu, vật dụng và gia vị thực phẩm Nhật Bản tại Thành phố Hồ Chí Minh:

 **SIÊU THỊ DAISO**

- Số 253 Nguyễn Văn Cừ, quận 5
- Số 79 Trần Huy Liệu, phường 12, quận Phú Nhuận
- Số 431 Lê Hồng Phong, phường 2, quận 10
- Số 161 Xa lộ Hà Nội, phường Thảo Điền, quận 2

 TOKYO SHOP

- Số 15A8 Lê Thánh Tôn, phường Bến Nghé, quận 1
- SE-3-1, Lô 18-1 Nguyễn Lương Bằng, Khu phố Nam Khang, Tân Phú, quận 7

 WASHOKU SHOP

Số 1B Hồ Văn Huê, phường 9, quận Phú Nhuận

 AKURUHI SHOP

Số 3-5 Lê Thánh Tôn, phường Bến Nghé, quận 1

 HACHI HACHI SHOP

- Số 224A Pasteur, phường 6, quận 3
- Số 234 đường 3/2, phường 12, quận 10
- Số 1030 Nguyễn Văn Linh, phường Tân Phong, quận 7
- Số 173 Nguyễn Văn Trỗi, phường 11, quận Phú Nhuận

Chúc các bạn thành công!
Phạm Sơn Vương

Tinh tế ẩm thực

Nhật Bản

65 món Nhật
tươi ngon - bổ dưỡng

Chịu trách nhiệm xuất bản
Giám đốc – Tổng biên tập: Khúc Thị Hoa Phượng
Biên tập: Nguyễn Hòa Bình
Bìa & trình bày: La Nguyễn Quốc Vinh
Sửa bản in: Minh Thi

NHÀ XUẤT BẢN PHỤ NỮ
39 Hàng Chuối, Hà Nội
Điện thoại: (04) 39717979 - 39710717 - 39716727
Fax: (04) 39717980
Email: nxbphunu@vnn.vn
Website: www.nxbphunu.com.vn

CHI NHÁNH
16 Alexandre De Rhodes - Q1 - Tp. HCM
Điện thoại: (08) 38294459 – 38228467
Fax: (08) 38234806

In 2000 cuốn, khổ 18x22cm, tại Công ty cổ phần sản xuất in An Bình.
Địa chỉ: 536/45 Âu Cơ, Phường 10, Quận Tân Bình, Tp. HCM.
Số ĐKKHXB: 103-2016/CXBIPH/14-01/PN, ký ngày 12/01/2016
Quyết định xuất bản số: 06/QĐ-PN
Mã ISBN: 978-604-56-3227-7
In xong và nộp lưu chiểu Quý I năm 2016